NGUỒN GỐC CỦA TIẾNG PHÁN NĂNG QUYỀN

*"Tức là Đấng cỡi trên các từng trời thái cổ;
Kìa, Ngài phát tiếng ra, là tiếng có sức lớn."*
(Thi thiên 68:33)

NGUỒN GỐC CỦA TIẾNG PHÁN NĂNG QUYỀN

Dr. Jaerock Lee

NGUỒN GỐC CỦA TIẾNG PHÁN NĂNG QUYỀN
của tiến sĩ Jaerock Lee
Được xuất bản: U-rim Books (Người Đại Diện: Johnny. H. Kim)
73, Yeouidaebang-ro 22-gil, Dongjak-gu, Seoul, Hàn Quốc
www.urimbooks.com

Tất cả bản quyền đều được bảo lưu. Không sao chép, tái bản một phần hay toàn bộ sách này dưới mọi hình thức, lưu trữ trong hệ thống phục hồi, hoặc truyền sang bất cứ mọi hình thức hay bằng bất cứ mọi phương tiện nào, điện tử, máy móc, photocopy, ghi âm hay bằng cách nào khác, nếu không có sự đồng ý của nhà xuất bản.

Nếu không có ghi chú, thì tất cả các trích dẫn Kinh Thánh được lấy từ HoBible, NEW AMERICAN STANDARD BIBLE, ®, Copyright © 1960, 1962, 1963, 1968, 1971, 1972, 1973, 1975, 1977, 1995 by Lockman Foundation. Đã được cho phép sử dụng.

Bản Quyền © 2015 do Tiến Sĩ Jaerock Lee
ISBN: 979-2-11-263-1210-8 03230
Dịch Bản Quyền © 2013 do Tiến Sĩ Esther K. Chung. Đã được cho phép sử dụng.

In lần thứ nhất tháng 09 năm 2023.

In trước tại Hàn Quốc vào năm 2011 do U-rim Books, Hàn Quốc.

Biên Soạn: Tiến sĩ Geumsun Vin
Thiết Kế: Ban Biên tập U-rim Books
In tại Công ty In Prione
Để biết thêm thông tin xin liên hệ: urimbook@hotmail.com

MỘT THÔNG ĐIỆP ĐƯỢC TRUYỀN RA

Tôi hy vọng quyển sách nầy sẽ đêm đến cho tất cả các độc giả nhận được những câu trả lời và những phước lành thông qua nguồn gốc của tiếng phán, là công việc trọn lành của sự sáng tạo.

Thế giới chúng ta đang sống có quá nhiều âm thanh và những tiếng nói của các loài. Như là tiếng hót thánh thót của các loài chim, những tiếng khóc chào đời của em bé, tiếng vỗ tay của đám đông, tiếng gầm thét của làn sóng, và tiếng của những bản nhạc. Hầu hết những âm thanh nầy nằm trong số âm thanh có thể nghe được, và thậm chí có những tiếng mà con người chúng ta không thể nghe được và cảm nhận được.

Nếu có những âm thanh quá lớn hoặc quá nhỏ thì chúng ta không thể biết được và cảm nhận được những âm thanh đó có tồn tại hay không? Cho nên, có những loại âm thanh mà chúng ta chỉ có thể lắng nghe bằng sự cảm nhận từ trái tim, điều đó dường như có nghĩa là những âm thanh đó giống như những sự nhận thức của chúng ta. Vậy, có những âm thanh nào đẹp nhất và có âm thanh nào có năng quyền nhất? Đó là "tiếng phán ban đầu" đây là tiếng phán của Đấng sáng tạo, là Đấng sáng tạo muôn loài vạn vật trên thế gian này.

"Tức là Đấng cỡi trên các từng trời thái cổ;
Kìa, Ngài phát tiếng ra, là tiếng có sức lớn." (Thi thiên 68:33)

"Ta thấy vinh quang của Đức Chúa Trời Y-sơ-ra-ên từ phương đông mà đến. Tiếng Ngài giống như tiếng nước lớn, và đất sáng rực vì vinh quang Ngài". (Ê-xê-chi-ên 43:2)

Ban đầu Đức Chúa Trời bao phủ thế gian bởi ánh sáng của Ngài bằng tiếng phán lớn(Giăng 1:5). Ngài thiết lập một kế hoạch " tu luyện con người" để trở thành con cái thật của Ngài, người mà Ngài có thể ban cho tình yêu thật của Ngài, và Ngài là Chúa, là Đức Chúa Trời, Đức Chúa Con, Đức Chúa Thánh Linh của họ. Tiếng nói ban đầu được tồn tại trong Đức Chúa con, và Đức Thánh Linh cũng như trong Đức Chúa Cha.

Khi thời kỳ đã đến, Đức Chúa Trời ba ngôi liền phán thì thiên đàng và trái đất được tạo dựng cùng mọi vật trong đó. Đức Chúa Trời phán "Đức Chúa Trời phán rằng: Phải có sự sáng; thì có sự sáng (Sáng thế ký 1:3); Đức Chúa Trời lại phán rằng: Những nước ở dưới trời phải tụ lại một nơi, và phải có chỗ khô cạn bày ra; thì có như vậy (Sáng thế ký 1:9); Đức Chúa Trời lại phán rằng: Đất phải sanh cây cỏ; cỏ kết hột giống, cây trái kết quả, tùy theo loại mà có hột giống trong mình trên đất; thì có như vậy. (Sáng thế ký 1: 11); Đức Chúa Trời lại phán rằng: Phải có các vì sáng trong khoảng không trên trời, đặng phân ra ngày với đêm, và dùng làm dấu để định thì tiết, ngày và năm (Sáng thế ký 1: 14); Đức Chúa Trời lại phán rằng: Nước phải sanh các vật sống cho nhiều, và các loài chim phải bay trên mặt đất trong khoảng không trên trời (Sáng thế ký 1: 20)

Vì vậy, tất cả mọi vạn vật mà Đức Chúa Trời sáng tạo đều có thể nghe tiếng phán của Đức Chúa Trời Ba Ngôi, và tất cả mọi vật nầy vâng lời Đức Chúa Trời mọi lúc mọi nơi. Trong bốn quyển sách Phúc âm, không có để cập đến những vật thể sống nhưng những cơn gió và những cơn sóng đều khiêm tốn quỳ gối khi nghe tiếng phán của Chúa Giê-su (Lu-ca 8: 24-25). Khi Đức Chúa Giê-su phán với người bại rằng, "tội ngươi đã được tha" và "hãy đứng dậy vác giường của mình đi về nhà ngươi" (Ma-thi-ơ 9:6). Người bại liền đứng dậy và vác giường mình đi về nhà. Khi đám đông nhìn thấy người bại đã được chữa lành thì họ bị sốc và sự vinh quang của Thiên Chúa được chiếu sáng qua người bại.

Trong giăng 14:12 "Quả thật, quả thật, ta nói cùng các ngươi, kẻ nào tin ta, cũng sẽ làm việc ta làm; lại cũng làm việc lớn hơn nữa, vì ta đi về cùng Cha.". Vậy thì, ngay lúc này đây, làm sao chúng ta có thể kinh nghiệm được những công việc của tiếng phá ban đầu của Đấng tối cao?. Chúng ta hãy đọc sách công vụ để biết được Đức Chúa Trời đã dùng những con người như thế nào cho công việc của Ngài, và chính những người đó bản thân họ đã từ bỏ tội lỗi từ sâu tấm lòng của họ và thay vào đó là họ đã vun trồng sự thánh khiết trong tấm lòng của họ.

Môn đồ Phi-e-rơ đã giảng dạy về một hình ảnh của một

người đàn ông không thể đi được từ thuở sinh cho đến lớn lên, nhưng một ngày kia khi người què nầy được sự chữa lành từ Đức Chúa Giê-su người Na-xa-rét thì liền đứng dậy và đi được. Chúa Giê-su còn chữa lành cho người chết sống lại. Chúa Giê-su phán với Ta-bi-ha, người đã chết rồi " hãy đứng dậy" người liền đứng dậy. Sứ đồ Phao-lô đã làm sống lại một người trẻ tuổi đã chết có tên là Eutychus. Phao-lô đã chữa lành bằng cách là lấy khăn tay hoặc tạp dề đặt trên thân thể của người bệnh thì người bệnh liền khỏi và tà linh được đuổi khỏi người đó.

Quyển sách có tiếng phán đầu tiên này là quyển sách cuối cùng trong danh sách thuộc lĩnh vực "Thánh khiết và Quyền năng" Quyển sách được viết để cho bạn có thể kinh nghiệm quyền năng tối thượng của tiếng phán ban đầu. Và cũng có những giới thiệu những tác phẩm quyền năng thực sự của Đức Chúa Trời để độc giả có thể áp dụng nguyên tắc này trong cuộc sống hàng ngày của bạn. Ngoài ra còn có các ví dụ về Kinh thánh giúp người đọc hiểu được lãnh vực tâm linh và các nguyên tắc trong việc nhận được những câu trả lời của Đức Chúa Trời.

Tôi cảm ơn Geumsun Vin, Giám đốc Văn phòng Biên tập cùng các nhân viên, tôi cầu nguyện trong danh Chúa để càng nhiều người càng nhận được câu trả lời cho lời trong sự cầu nguyện và nhận được những phước lành bằng cách trải nghiệm tiếng phán ban đầu trong các công việc của Đấng sáng tạo.

Jaerock Lee

LỜI TỰA

Song song phát triển Hội Thánh, Đức Chúa Trời ban cho chúng tôi có cơ hội tổ chức "Những hội nghị giải cứu đặc biệt liên tục kéo dài hai tuần" từ năm 1993 đến năm 2004. Qua các Hội nghị phụ hồi này, Đức Chúa Trời muốn tất cả mỗi thành viên trong Hội Thánh nhận được Đức Thánh Linh trong sự trong trưởng thành đức tin và có chiều sâu về lời Chúa, kèm theo những khải tượng được hình thành, nhận được ánh sáng, tình yêu và quyền năng của Đức Chúa Trời qua cá cuộc hội nghị. Những năm tháng qua, chính mỗi thành viên trong Hội Thánh, họ đã kinh nghiệm được quyền năng của Đấng sáng tạo chính là Đức Chúa Trời trong đời sống của họ trong mọi lúc mọi nơi.

Sứ điệp được giảng dạy tại hội nghị là tập trung phục hồi lại sự thánh khiết và năng quyền theo loạt bài về sự thánh khiết và quyền năng. Nguồn gốc của tiếng phán nói với chúng ta về một số điều thiêng liêng sâu xa chưa được biết đến rộng rãi, chẳng hạn như: nguồn gốc của Thiên Chúa; Nguồn gốc của thiên đàng; các công việc có năng quyền được thể hiện qua tiếng phán ban đầu và cách trải nghiệm của chúng ta trong cuộc sống thực tế.

Chương 1 "giải thích nguồn gốc Đức Chúa Trời là ai? Ngài tồn tại như thế nào? Và tại sao Đức Chúa Trời lại tạo dựng con người và tạo dựng như thế nào. Chương 2 "nói về Thiên đàng, giải thích những yếu tố của Thiên đàng, và Đức Chúa Trời là Đấng trị vì mọi thứ trên thiên đàng. Vì cớ đó, tiếp tục khẳng định rằng chúng ta có thể nhận được bất cứ câu trả lời nào cho mọi vấn đề nếu chúng ta chỉ tin một mình Đức Chúa Trời, như tấm gương của Na-a-man, một vị tướng của quân đội A-ram. Chương 3 " nói về lý do tại sao Đức Chúa Trời lại phân chia không gian và sự tồn tại của Đức Chúa Trời ba ngôi, mỗi Đức Chúa Trời ba ngôi có từng vai trò gì?.

Chương 4 "Công lý", phân tích về công lý của Đức Chúa Trời và làm cách nào chúng ta có thể nhận được công lý của Đức Chúa Trời. Chương 5 "Sự vâng lời", nói cho chúng ta biết Đức Chúa Giê-su là người đã vâng lời Đức Chúa Trời một cách tuyệt đối, và chính chúng ta cũng phải vâng lời Đức Chúa Trời để chúng ta có thể kinh nghiệm những công việc của Đức Chúa Trời. Chương 6 Nói về "đức tin" Mặc dù tất cả các tín hữu nói rằng họ tin rằng có sự khác biệt về mức độ của những câu trả lời nhận được, và nó cũng dạy cho chúng ta những gì chúng ta phải làm để cho thấy loại đức tin có thể nhận được sự tin tưởng tuyệt đối từ Đức Chúa Trời.

Chương 7, "Mọi người nói Ta là ai"? Nói về phương cách giúp chúng ta nhận được những câu trả lời theo tấm gương Phi-e-rơ, người mà đã nhận được những phước lành của Chúa Giê-su khi anh ta đã tuyên bố một cách mạnh mẽ từ sâu tấm lòng của mình rằng Chúa Giê-su là Đức Chúa Trời. Chương 8 "Các con muốn Ta làm gì cho các con"? Giải thích từng bước, từng bước một về tiến trình của một người mù nhận được câu trả lời từ Chúa Giê-su. Chương 9 "Lời hứa của Đức Chúa Trời sẽ được thực hiện cho người nào đã tin" Cho thấy bí mật của viên đội trưởng về cách ông ta nhận được câu trả lời và cho biết đời sống thật của con cái Chúa ở trong Hội Thánh.

Thông qua quyển sách nhỏ bé nầy, tôi cầu nguyện trong danh Đức Chúa Trời, xin Ngài hãy ban cho độc giả sự khôn ngoan để họ có thể hiểu được nguồn gốc của Đức Chúa Trời và những công việc của Đức Chúa Trời ba ngôi, không những vậy mà còn được Đức Chúa Trời đáp lời những gì chúng ta đã cầu nguyện bằng sự vâng lời và tin cậy. Mọi sự vinh hiển đều thuộc về Đức Chúa Trời.

Tháng 4/2009
Geumsun Vin,
Giám đốc biên tập

Mục lục

Một sứ điệp được truyền ra

Lời tựa

Chương 1	Nguồn gốc	· 1
Chương 2	Thiên đàng	· 17
Chương 3	Đức Chúa Trời ba ngôi	· 35

Chương 4	Công lý	· 55
Chương 5	Sự vâng lời	· 73
Chương 6	Đức tin	· 91
Chương 7	Các ngươi nói ta là ai?	· 109
Chương 8	Các con muốn ta làm gì cho các con?	· 125
Chương 9	Theo như điều ngươi tin thì sẽ được thành vậy	· 141

Chương 1: NGUỒN GỐC

> Nếu chúng ta hiểu được nguồn gốc của Đức Chúa Trời và loài người đã tồn tại như thế nào thì chúng ta sẽ làm mọi công việc của một người được tạo dựng

Nguồn gốc của Đức Chúa Trời

Kế hoạch ban đầu của Đức Chúa Trời ban cho con người

Hình ảnh Đức Chúa Trời Ba ngôi

Đức Chúa Trời tạo dựng con người là để có được con cái thật sự

Nguồn gốc của đàn ông

Hạt giống sự sống và sự hoài thai

Đức Chúa Trời là Đấng sáng tạo toàn năng

Ban đầu có Ngôi Lời, Ngôi Lời ở cùng Đức Chúa Trời, và Ngôi Lời là Đức Chúa Trời.

———————

(Giăng 1:1)

Ngày nay, con người chúng ta cố gắng tìm kiếm một điều gì đó thật sự có ý nghĩa, họ cứ tìm kiếm trong tuyệt vọng, bởi vì họ không biết nguồn gốc của vũ trụ từ đâu mà có và chính Đức Chúa Trời là Đấng sáng tạo và bảo tồn nó. Con người chúng ta chỉ làm những điều gì mà bản thân mình thấy muốn và hài lòng, và chính mỗi người trong họ cũng không biết tại sao họ lại sống trên thế gian này, và cũng không biết được mục đích, giá trị sống thực sự của sự sống là gì? Rốt lại, họ sống như hoa cỏ, sớm nở tối tàn, vì bản thân họ không biết mình đến từ đâu và nguồn gốc là từ đâu đến.

Tuy nhiên, Chúng ta có thể tin ở nơi Đức Chúa Trời và sống một đời sống có thực sự có ý nghĩa nếu chúng hiểu được nguồn gốc của Đức Chúa Trời Ba ngôi và con người đã tồn tại như thế nào?. Vậy thì, bây giờ Đức Chúa Trời Ba ngôi là gì? Có phải Đức Chúa Cha, Đức Chúa Con, Đức Chúa Thánh Linh không?

Nguồn gốc của Đức Chúa Trời

Giăng 1: 1 cho chúng ta biết ban đầu có Đức Chúa Trời, cũng cho chúng ta biết nguồn gốc của Đức Chúa Trời. Khi từ "ban đầu" xuất hiện ở đây. Đó là trước khi sự vĩnh cửu, khi không có ai khác ngoài Chúa là Đấng Tạo Hóa ở tất cả các không gian của vũ trụ. Tất cả các không gian của vũ trụ không chỉ là vũ trụ hữu hình. Khác với không gian trong vũ trụ mà chúng ta đang sống, không gian rộng rãi và không thể đo đếm được cũng không thể tưởng tượng được. Trong toàn thể vũ trụ bao gồm tất cả những không gian này, Thiên Chúa Đấng Sáng tạo đã tồn tại từ trước khi có sự sống đời đời.

Bởi vì tất cả mọi vạn vật trên thế gian này đều hữu hạn, có sự bắt đầu và cũng có sự kết thúc, hầu hết tất cả mọi người đều không thể hiểu được khái niệm "trước khi có sự sống đời đời" Bây giờ, có lẽ Đức Chúa Trời có thể phán "ban đầu là Đức Chúa Trời" Nhưng tại sao Ngài lại nói " Ban đầu có ngôi lời"? Bởi vì, quay trở lại thời đó Đức Chúa Trời không có hình dạng và xuất hiện như hiện tại.

Cuộc sống của con người trên thế gian này là hữu hạn. Cho nên, họ luôn luôn mong muốn một dạng hình dạng hoặc hình dạng đáng kể nào đó để họ có thể nhìn và sờ, chạm được và đó chính là lý do vì sao con người chúng ta thờ hình tượng. Nhưng con người đã tạo các hình tượng như thế nào để trở thành thần là đấng có có thể kiểm soát đời sống họ, kiểm soát sự chết, tài sản và bất hạnh, và thậm chí cả lịch sử nhân loại?.

Đức Chúa Trời tồn tại như ban đầu có Ngôi lời, nhưng bởi vì con người không nhận ra sự hiện diện và sự tồn tại của Đức Chúa Trời, Ngài như một hình bóng. Vậy, Đức Chúa Trời đã xuất hiện và tồn tại như thế nào? Ban đầu có Ngôi lời đã tồn tại như thế nào? Ngài tồn tại như sự tốt lành của ánh sáng và tiếng nói êm dịu, Ngài cũng không cần một cái tên hay một hình bóng nào hết. Ngài đã tồn tại như sự sang, đó là Chứa đựng tiếng nói và chi phối mọi khoảng trống trong vũ trụ Giăng 1: 5 cho biết rằng 'Sự sáng soi trong tối tăm, tối tăm chẳng hề nhận lấy sự sáng" và đó là tiếng nói đã được đề cập trong Giăng 1:1

Kế hoạch ban đầu của Đức Chúa Trời cho loài người là hãy cày cấy.

Khi thời kỳ đã đến, Đức Chúa Trời là Đấng đã hiện diện và tồn tại như ban đầu có Ngôi lời, chính Ngài đã có một kế hoạch cho loài người, đó là " con người hãy cày cấy". Nói một cách đơn giản, đó là một kế hoạch tạo ra con người và để chúng tăng lên về số lượng, để một số trong số họ trở thành những con cái thật của Đức Chúa Trời, giống như hình ảnh của Ngài. Sau đó, Đức Chúa Trời sẽ đưa họ vào vương quốc thiên đàng và sống hạnh phúc mãi mãi, Ngài chia sẻ tình yêu với họ.

Sau khi Đức Chúa Trời có kế hoạch, Ngài đã đặt kế hoạch của Ngài vào hành động từng bước một. Trước tiên, Ngài phân chia toàn thể vũ trụ. Tôi sẽ giải thích về không gian chi tiết hơn trong chương thứ hai. Trên thực tế, tất cả không gian chỉ là một không gian, và Thiên Chúa đã phân chia toàn bộ không gian vào nhiều không gian tùy theo sự cần thiết của sự tu luyện của con người. Và một sự kiện quan trọng đã diễn ra sau khi phân chia không gian

Trước khi ban đầu có sự tồn tại của Đức Chúa Trời, và Đức Chúa Trời Ba Ngôi đã tồn tại, Đức Chúa Cha, Đức Chúa Con, Đức Chúa Thánh Linh. Giống như Đức Chúa Trời là Chúa cha đã sinh ra Đức Chúa Con và Đức Chúa Thánh Linh. Vì lý do này, Kinh Thánh đã cho chúng ta biết Chúa Giê-su là con duy nhất của Đức Chúa Trời, và trong Hê-bê-rơ 5: 5 chép; "Cũng một thể ấy, Đấng Christ không tự tôn mình làm thầy tế lễ thượng phẩm; như tại Đấng đã phán cùng Ngài rằng: Ngươi là Con ta, Ta đã sanh ngươi ngày nay"

Đức Chúa Con và Đức Chúa Thánh Linh có cùng một tấm lòng và một quyền năng, bởi vì cả hai đều đến từ Đức Chúa Cha. Đức Chúa Trời Ba Ngôi là một. Chính vì vậy, trong Phi-líp 2: 6-9 chép rằng; "Ngài vốn có hình Đức Chúa Trời, song chẳng coi sự bình đẳng mình với Đức Chúa Trời là sự nên nắm giữ; 7 chính Ngài đã tự bỏ mình đi, lấy hình tôi tớ và trở nên giống như loài người; 8 Ngài đã hiện ra như một người, tự hạ mình xuống, vâng phục cho đến chết, thậm chí chết trên cây thập tự. 9 Cũng vì đó nên Đức Chúa Trời đã đem Ngài lên rất cao, và ban cho Ngài danh trên hết mọi danh, 10 hầu cho nghe đến danh Đức Chúa Jêsus, mọi đầu gối trên trời, dưới đất, bên dưới đất, thảy đều quì xuống, 11 và mọi lưỡi thảy đều xưng Jêsus Christ là Chúa, mà tôn vinh Đức Chúa Trời, là Đức Chúa Cha"

Hình ảnh của Đức Chúa Trời Ba Ngôi

Ban đầu có ngôi lời, ngôi lời chính là Đức Chúa Trời, Ngài đến từ hình ảnh của Đức Chúa Trời Ba Ngôi. Chúng ta có thể tưởng tượng hình ảnh của Đức Chúa Trời, nếu chúng ta nghĩ về cảnh nơi Đức Chúa Trời tạo ra con người. Sáng thế ký 1:26 "Đức Chúa Trời phán rằng: Chúng ta hãy làm nên loài người như hình ta và theo tượng ta, đặng quản trị loài cá biển, loài chim trời, loài súc vật, loài côn trùng bò trên mặt đất, và khắp cả đất". Từ " chúng ta" ở đây chính là Đức Chúa Trời Ba Ngôi, Đức Chúa Cha, Đức Chúa Con, và Đức Chúa Thánh Linh, và chúng ta có thể hiểu được rằng chúng ta được tạo dựng theo hình của Đức Chúa Ba Ngôi.

Đức Chúa Trời phán rằng "Chúng ta hãy làm nên loài người như hình ta và theo tượng ta" và chúng ta có thể hiểu được Đức Chúa Trời Ba Ngôi là như thế nào.. Điều này không có nghĩa là chúng ta được tạo dựng theo hình ảnh của Đức Chúa Trời Ba Ngôi, chúng ta giống Đức Chúa Trời. Loài người được tạo dựng theo ảnh tưởng bên trong của Đức Chúa Trời. Cũng vậy, Ngài ban cho chúng ta đầy dẫy sự tốt lành và chân lý ở bên trong tấm lòng của chúng ta.

Nhưng tổ phụ của chúng ta là A-đam đã phạm tội và không vâng lời Đức Chúa Trời. Chính vì vậy, A-đam đã đánh mất hình ảnh ban đầu mà Đức Chúa Trời tạo dựng con người. A-đam trở nên một con người đồi bại, xấu xa và phạm tội. Vì vậy, nếu chúng ta thật sự hiểu được thân thể và tấm lòng của chúng ta được tạo dựng theo hình ảnh của Đức Chúa Trời như thế nào thì chúng ta nên phục hồi lại hình ảnh đã mất đó với Đức Chúa Trời.

Đức Chúa Trời tạo dựng con người để trở nên con cái thật của Ngài.

Sau khi các từng trời được phân chia, Đức Chúa Trời ba Ngôi bắt đầu tạo dựng mọi điều cần thiết theo từng bước mà Ngài đã định từ lúc ban đầu. Chính Ngài đã tồn tại trong sự sáng và tiếng phán, Ngài không cần nơi trú ngụ nhưng sau khi Ngài có hình thể thì Ngài cần một nơi trú ngụ cũng như các thiên sứ cũng cần đều đó để phụ vụ Ngài ở trên thiên đàng. Chính vì thế, Ngài đã tạo dựng thiên sứ trước nhất, và kế đó Ngài tạo dựng mọi vạn vật trên thế gian.

Dĩ nhiên, Ngài đã không tạo ra trời và đất trong không gian của chúng ta ngay sau khi Ngài tạo ra mọi thứ trong lĩnh vực

Thánh Linh. Sau khi Đức Chúa Trời Ba Ngôi tạo ra lãnh vực Thánh Linh, Ngài đã sống trên thiên đàng và cùng với thiên sứ ở đó trong một thời gian dài vô biên. Sau một thời gian dài như vậy, Ngài đã tạo dựng mọi thứ vạn vật có thể chất vật lý, có sự sống, chỉ duy nhất sau khi Ngài đã tạo dựng tất cả mọi thứ thì Ngài mới tạo dựng loài người theo hình ảnh của Ngài.

Đức Chúa Trời là Đấng tối cao, Ngài có muôn vàn thiên binh cùng các thiên sứ phục Ngài, nhưng bởi cớ đâu mà Ngài lại tạo dựng loài người? Bởi vì Ngài muốn chúng ta là con cái thật của Ngài. Con cái thật là những người có hình ảnh giống Chúa, có một tình yêu như Ngài, và cũng là những con người biết yêu thương, san sẻ tình yêu thật với Đức Chúa Trời, trừ một vài trường hợp đặc biệt, các thiên binh, thiên sứ có đôi khi họ vâng lời và phục vụ một cách vô điều kiện, điều này giống như một người máy. Bạn hãy thử nghĩ, nếu cha mẹ và con cái mà đối xử với nhau như con rô-bốt thì sẽ như thế nào? Không có cha mẹ nào mà yêu rô-bốt hơn con cái của mình. Họ yêu con cái của họ bởi vì họ có thể san sẻ tình yêu của họ cho mỗi người con khi họ vui lòng

Mặt khác, con người có khả năng vâng lời và yêu mến Đức Chúa Trời với sự tự do của họ. Tất nhiên, con người không thể hiểu được tình yêu của Đức Chúa Trời và chia sẻ tình yêu với Ngài ngay khi họ được sinh ra. Họ phải trải nghiệm nhiều điều khi lớn lên, để họ có thể cảm nhận tình yêu của Đức Chúa Trời và nhận ra toàn bộ nhiệm vụ của con người. Chỉ có những người này mới có thể yêu mến Đức Chúa Trời bằng tấm lòng của họ và vâng theo ý muốn của Ngài. Hãy nghĩ đến những con người mà không yêu mến Ngài, bởi vì họ không muốn nghĩ đến điều đó. Trừ khi họ nhận được những gì từ Ngài thì họ mới yêu Chúa, họ bước đi Theo ý riêng của mình, bất tuân với Ngài, không thích làm theo lời Ngài, họ tỏ ra với một thái độ khó chịu khi phải vâng lời Ngài, họ thích như vậy, và họ không muốn thay đổi. Đức Chúa Trời đã có kế hoạch ban đầu cho loài người, vì Ngài muốn con người trở nên con cái thật của Ngài, là những người có thể san sẻ tình yêu, ban cho với một thái độ chân thật những gì mà mình đã nhận từ Đức Chúa Trời. Chính vì lý do đó, A-đam được gọi là con người đầu tiên mà Đức Chúa Trời đã tạo dựng theo hình ảnh của Ngài.

Nguồn gốc của loài người

Vậy, nguồn gốc của loài người là từ đâu? Sáng thế ký 2: 7 chép, "Giê-hô-va Đức Chúa Trời bèn lấy bụi đất nắn nên hình người, hà sanh khí vào lỗ mũi; thì người trở nên một loài sanh linh". Vì vậy, con người là những sinh vật đặc biệt vượt qua tất cả những gì mà thuyết tiến hóa thuyết Darwin đã đề cập. Con người không tiến hóa từ động vật thấp hay động vật cao mà như đạt đến mức ngày nay. Con người được tạo dựng theo hình ảnh của Đức Chúa Trời và Ngài hà sinh khí vào thì liền có sự sống. Chính vì điều đó, thân thể của chúng ta và tâm linh của chúng ta đều đến từ Đức Chúa Trời.

Vì vậy, con người là những sinh vật thuộc linh đến từ trên cao. Chúng ta không nên chỉ nghĩ đến chúng ta như những động vật cao cấp hơn những động vật khác. Nếu chúng ta nhìn vào các hóa thạch được trình bày như là bằng chứng của sự tiến hóa, không có hóa thạch trung gian nào có thể kết nối các loài khác nhau. Mặt khác, có nhiều bằng chứng về sự sáng tạo.

Ví dụ, toàn thể nhân loại có hai mắt, hai tai, mũi và miệng. Và chúng được đặt tại cùng một vị trí, và những bộ phận đó không chỉ con người có mà kể cả động vật cũng có. Đây là bằng chứng cho thấy tất cả các sinh vật sống được thiết kế bởi một Đấng sáng tạo. Khác với điều này, thực tế là mọi thứ trong vũ trụ đang chạy theo trật tự hoàn hảo, không có một hành tinh nào hay một ngôi sao nào bị lỗi, đó là bằng chứng về sự sáng tạo của Đức Chúa Trời.

Ngày hôm nay có rất nhiều người quan niệm rằng con người có nguồn gốc từ loài vật, chính bản thân họ thật sự không nhận ra họ đến từ đâu và tại sao họ lại hiện diện trên thế gian này? Nhưng một khi chúng ta nhận ra chúng ta là thánh và chúng ta được tạo dựng theo hình ảnh của Đức Chúa Trời. Chúng ta có thể hiểu được Cha của chúng ta là ai? Thế thì, tự nhiên chúng ta sẽ cố gắng sống bởi lời của Ngài và trở nên giống như Ngài.

Có thể chúng ta sẽ nghĩ rằng Đức Chúa Trời Cha của chúng ta cũng giống cha thuộc thể của chúng ta. Nhưng nếu chúng ta cứ tiếp tục khám phá, chúng ta sẽ nhận ra rằng người cha vật lý, thuộc thể của chúng ta là A-đam, và chúng ta có thể hiểu rằng người Cha thật sự của chúng ta là Đức Chúa Trời là Đấng sáng tạo con người và mọ vật trên thế gian này. Ban đầu, hạt giống của sự sống cũng được ban cho bởi Đức Chúa Trời. Theo nghĩa này, cha mẹ chúng ta chỉ cho cơ thể của mình mượn làm dụng cụ để gieo hạt và chúng ta có thể thụ thai được.

Hạt giống của sự sống và thụ thai

Đức Chúa Trời ban cho hạt giống sự sống. Ngài ban tinh trùng cho đàn ông và buồng trứng cho phụ nữ để họ có thể sinh con. Về vấn đề này, nam giới không thể sinh con với khả năng của mình nếu không có tinh trùng. Đức Chúa Trời đã ban cho họ những hạt giống của sự sống để chúng có thể sinh ra. Hạt giống của sự sống chứa đựng được năng quyền của Đức Chúa Trời. Chúng quá nhỏ nên không thể nhìn thấy được bằng mắt thường, nhưng tính cách, sự xuất hiện, thói quen và lực lượng cuộc sống được thu thập trong chúng vô cùng mạnh mẽ. Vì vậy, khi các con cái được sinh ra, họ không chỉ giống cha mẹ của mình về ngoại hình mà còn giống cả tính cách nữa.

Nếu đàn ông có khả năng sinh con, tại sao lại có những cặp vợ chồng vô sinh mà phải vật lộn để có con? Sự thụ thai chỉ thuộc về Đức Chúa Trời. Ngày nay, họ thụ tinh nhân tạo trong phòng khám, nhưng họ không bao giờ có thể tạo ra tinh trùng và trứng. Sức mạnh của sự sáng tạo hoàn toàn thuộc về Đức Chúa Trời.

Nhiều con cái Chúa, không chỉ những người ở trong Hội Thánh mà còn có các quốc gia khác trên thế giới, họ đã kinh nghiệm được quyền năng của Đức Chúa Trời. Cuộc sống của chúng ta ngày hôm nay có quá nhiều cặp vợ chồng mới cưới hay vợ chồng lâu năm mà không thể có khả năng sinh con, thậm chí có người cưới nhau 20 năm mà vẫn không thể sinh con. Họ cố gắng đủ mọi phương cách nhưng mọi sự đều vô vọng. Nhưng khi họ đến với Chúa bằng lời cầu nguyện thì họ có thể sinh con, thậm chí họ sinh ra những người con rất khỏe mạnh.

Cách đây nhiều năm, có một cặp vợ chồng Nhật Bản tham dự một hội nghị phục hồi và tôi đã cầu nguyện cho họ. Lúc đó, họ không chỉ nhận được sự chữa lành những bệnh tật mà còn có những người vợ Chúa thi hành phép lạ trên đời sống của họ. Chính vì lý do đó mà có nhiều cặp vợ chồng Nhật Bản đến gặp tôi và muốn tôi cầu nguyện cho họ. Chính đức tin của họ đã đem lại kết quả thật phi thường. Chính những người đó đã trở thành trưởng điểm nhóm và mở nhiều chi nhánh những những nơi mình sinh sống.

Đức Chúa Trời là Đấng sáng tạo cao cả.

Ngày nay, chúng ta thấy sự phát triển của khoa học, y học tinh vi, nhưng sự sáng tạo cuộc sống chỉ có thể có được bởi năng quyền của Đức Chúa Trời, Ngài là chủ của tất cả sự sống. Qua quyền năng của Ngài, những người chết sẽ được sống lại vào ngày tận thế; Những người mà bệnh viện nói sẽ qua đời thì đã được Ngài chữa lành, nhiều bệnh nan y mà khoa học dừng bước lại, nhưng Đức Chúa Trời có thể chữa lành.

Nguồn gốc của tiếng phán là tiếng pán của Đấng quyền năng, chính là tiếng của Đức Chúa Trời là Đấng sáng tạo mọi thứ, là Đấng vô hạn, vô lượng, vô biên, không có gì mà Ngài không thể làm. Rô-ma 1: 20 "20 bởi những sự trọn lành của Ngài mắt không thấy được, tức là quyền phép đời đời và bổn tánh Ngài, thì từ buổi sáng thế vẫn sờ sờ như mắt xem thấy, khi người ta xem xét công việc của Ngài. Cho nên họ không thể chữa mình được". Chúng ta chỉ có thể nhìn thấy những điều này bằng đôi mắt thường của chúng ta, chúng ta thấy được quyền năng của Ngài trên mọi điều, trên thiên nhiên, Ngài chính là Đấng sáng tạo và là nguồn gốc của mọi điều.

Nếu con người chúng ta cố gắng để hiểu về Đức Chúa Trời trong phạm vi kiến thức của mình thì sẽ không bao giờ hiểu được, vì con người chúng ta là giới hạn. Và đó là nguyên nhân chính dẫn đến tình trạng nhiều người không tin Kinh Thánh là lời của Ngài. Cũng vậy, có một số nói rằng họ tin nhưng họ không tin Kinh Thánh hoàn toàn là lời của Đức Chúa Trời, họ chỉ tim một phần nào ở mức độ hiểu biết của họ. Chính vì vậy, mà Chúa Giê-su đã biết được sự giới hạn của con người, Ngài đã giảng dạy, và vừa làm những phép lạ, những dấu lạ để tỏ cho dân chúng biết về những công việc quyền năng của Ngài. Đức Chúa Giê-su phán, "Đức Chúa Jêsus phán rằng: Nếu các ngươi không thấy phép lạ và điềm lạ, thì các ngươi chẳng tin"

Cũng giống như ngày hôm nay, Đức Chúa Trời là Đấng năng quyền, hễ bất cứ ai tin rằng Ngài là Đấng năng quyền và hoàn toàn đầu phục Ngài, phó thác đường lối của mình cho Ngài, phó thác mọi nan đề, vấn đề cho Ngài thì chúng ta sẽ được Chúa giúp sức và chữa lành mọi tật bệnh.

Đức Chúa Trời tạo dựng mọi thứ chỉ bằng một lời phán của Ngài, " Phải có sự sáng, thì liền có sự sáng" Khi tiếng phán ban đầu của Đấng toàn năng, là Đấn sáng tạo thì người mù liền được chữa lành, và nhìn thấy được. Và những người đang ngồi trên xe lăn và trên nạng sẽ bước đi và nhảy vọt. Tôi hy vọng bạn sẽ nhận được câu trả lời cho tất cả những lời cầu nguyện và mong ước của bạn với đức tin khi tiếng phán ban đầu của Đức Chúa Trời.

Emmanuel Marallano Yaipen (Lima, Peru).

Được giải thoát khỏi sự sợ hãi về bệnh AIDS

Tôi đã được khám sức khoẻ để tham gia quân đội năm 2001, và tôi đã nghe bác sĩ nói, "Bạn nhiễm HIV." Đó là những tin tức hoàn toàn bất ngờ. Tôi cảm thấy bị nguyền rủa. Tôi đã không bị tiêu chảy thường xuyên quá nghiêm trọng. Tôi chỉ ngồi trên ghế và tôi cảm thấy rất bất lực. Làm thế nào tôi có thể nói với mẹ tôi về điều này? '
Tôi đang đau đớn, nhưng tấm lòng tôi lại càng suy nghĩ nhiều về mẹ tôi. Tôi bị tiêu chảy thường xuyên hơn, và có nấm mốc trong miệng và ngón tay của tôi. Nỗi sợ hãi của tôi về cái chết bắt đầu thu hút tôi dần dần. Nhưng sau đó tôi nghe nói có một đầy tớ đầy sức mạnh của Đức Chúa Trời từ Hàn Quốc có thể cầu nguyện chữa bệnh sẽ Peru vào tháng 12 năm 2004. Nhưng tôi không thể tin rằng căn bệnh của tôi sẽ được chữa lành.

Tôi đã từ bỏ, nhưng bà tôi đã thúc giục tôi tham dự cuộc thập tự chinh. Cuối cùng tôi đã đi đến 'Campo de Marte', nơi mà cuộc Thập tự chinh sẽ diễn ra. Tôi muốn giữ niềm hy vọng cuối cùng này. Cơ thể của tôi đã bị kích động bởi quyền năng của Chúa Thánh Linh trong khi lắng nghe sứ điệp. Các bài giảng của Tiến sĩ Lee đã tácđộng đến tấm lòng của tôi và Đức Thánh Linh đã làm việc trong lòng tôi.

Tiến sĩ, Mục sư Jaerock Lee đã không cầu nguyện cho từng cá nhân, nhưng ông chỉ cầu nguyện cho toàn thể hội chúng. Và có rất nhiều người làm chứng rằng họ đã được chữa lành. Nhiều người đã đứng lên từ xe lăn và vứt bỏ nạng của họ. Nhiều người vui mừng vì bệnh tật của họ đã được chữa lành.

Một phép lạ cũng đã xảy ra cho tôi. Tôi đi vào phòng tắm sau khi cuộc thập tự chinh kết thúc, tôi thường xuyên đi tiểu chảy ra máu

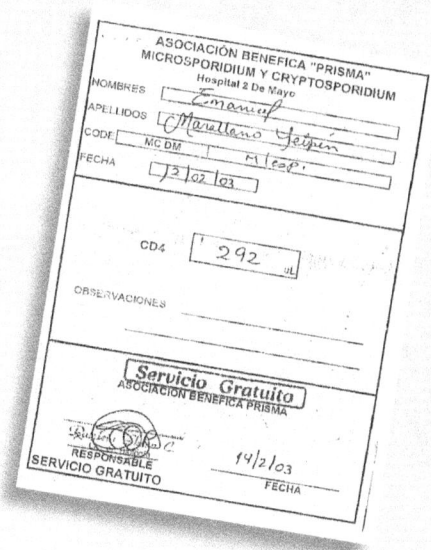

trong một thời gian dài. Cuối cùng, tiêu chảy của tôi dừng lại trong hai tháng rưỡi. Cơ thể tôi cảm thấy nhẹ nhàng. Tôi chắc chắn rằng tôi đã được chữa lành và tôi đã đi đến bệnh viện. Chẩn đoán cho biết số tế bào miễn dịch CD4 tăng đáng kể đến mức bình thường.

CHƯƠNG 2 THIÊN ĐÀNG

> Ban đầu Đức Chúa Trời ngự trên thiên đàng thứ tư, cai trị mọi trời, thiên đàng thứ nhất, thiên đàng thứ nhì, và thiên đàng thứ ba.

Có nhiều Thiên đàng

Thiên đàng thứ nhất và Thiên đàng thứ hai

Vườn địa đàng

Thiên đàng thứ ba

Thiên đàng thứ tư, và nơi cư trú của Đức Chúa Trời

Đức Chúa Trời là Đấng chí cao, là Đấng sáng tạo

Đức Chúa Trời là Đấng quyền năng vượt qua mọi giới hạn của con người

Để gặp được Đấng toàn năng là Đức Chúa Trời sáng tạo

Ôi! Chỉ một mình Chúa là Đức Giê-hô-va có một không hai; Chúa đã dựng nên các từng trời, và trời của các từng trời, cùng toàn cơ binh của nó, trái đất và các vật ở trên nó, biển và muôn vật ở dưới nó; Chúa bảo tồn những vật ấy, và cơ binh của các từng trời đều thờ lạy Chúa

(Nê-hê-mi 9:6)

Đức Chúa Trời vượt quá giới hạn của con người. Ngài tồn tại từ trước vô cùng cho đến đời đời. Thế giới mà Ngài đang sống là không gian mà chiều hướng hoàn toàn khác với thế giới mà chúng ta đang sống.

Thế giới mà con người có thể nhìn thấy là thế giới vật chất, và không gian nơi Đức Chúa cư ngụ là cảnh giới thuộc Thánh Linh. Là nơi có sự tồn tại của Thiên thần, nhưng chỉ vì bởi đôi mắt trần này, đôi mắt xác thịt này mà chúng ta không thể nhìn thấy những điều thuộc về Thánh Linh, cho nên chúng ta cho rằng nơi đó không có thật và Thánh Linh không có thật.

Có một nhà khoa học nói rằng, "Tôi đã đi du lịch khắp vũ trụ nhưng tôi chẳng thấy Đức Chúa Trời ở đâu" cái điều ngớ ngẩn gì ở đây? Ông ta tưởng rằng tất cả các hành tinh, ngôi sao, vũ trụ này có thể ở trước mặt ông ta và có thể nhìn thấy được sao. Nhưng ngay cả các nhà thiên văn học chỉ có thể nói ngay cả vũ trụ hữu hình này là vô hạn. Và bao nhiêu của vũ trụ rộng lớn này chỉ có phi hành gia thấy rằng ông có thể phủ nhận sự tồn tại của Thiên Chúa? Con người có những hạn chế, chúng ta thậm chí không thể giải thích tất cả những điều chỉ trong vũ trụ mà chúng ta đang sống.

Có nhiều Thiên đàng

Trong Nê-hê-mi 9:6 "Ôi! chỉ một mình Chúa là Đức Giê-hô-va có một không hai; Chúa đã dựng nên các từng trời, và trời của các từng trời, cùng toàn cơ binh của nó, trái đất và các vật ở trên nó, biển và muôn vật ở dưới nó Chúa bảo tồn những vật ấy, và cơ binh của các từng trời đều thờ lạy Chúa".

Câu Kinh Thánh cho chúng ta biết rằng không chỉ có một thiên đàng mà còn có nhiều thiên đàng. Vậy thì sự thật là có bao nhiêu thiên đàng? Nếu bạn tin co thiên đàng thì bạn nghĩ là có thể có hai thiên đàng. Một là thiên đàng trên bầu trời mà chúng ta có thể nhìn thấy được, một thiên đàng khác là vương quốc thiên đàng thuộc các thiên sứ ngự trị. Nhưng theoo Kinh Thánh thì có nhiều thiên đàng.

"Tức là Đấng cỡi trên các từng trời thái cổ;
Kìa, Ngài phát tiếng ra, là tiếng có sức lớn" (Thi thiên 68:33)

"Nhưng thật ra Đức Chúa Trời có ngự trên đất nầy chăng? Kìa, các tầng trời, ngay cả trời của các tầng trời cũng không thể chứa Ngài được, huống chi đến thờ nầy mà con đã xây cất!" (1 các vua 8:27)

"Vả, như thân là một, mà có nhiều chi thể, và như các chi thể của thân dầu có nhiều, cũng chỉ hiệp thành một thân mà thôi, Đấng Christ khác nào như vậy. (2 Cô-rinh-tô 12:2).

Sứ đồ Phao-lô đã được đưa lên thiên đàng thứ ba và ông cho chúng ta biết về thiên đàng thứ nhất, thứ hai, và thiên đàng thứ ba, và cũng còn nhiều thiên đàng hơn thế.Và tiên tri Ê-tiên cũng nói cho chúng ta biết trong công vụ các sứ đồ 7: 56 "Thì người nói rằng: Kìa, ta thấy các từng trời mở ra, và Con người đứng bên hữu Đức Chúa Trời" Nếu đôi mắt tâm linh của con người được mở ra thì họ có thể nhìn thấy thế giới tâm linh và sự tồn tại thật sự của vương quốc Thiên đàng.

Ngày hôm nay, các nhà khoa học cho biết rằng có nhiều bầu trời. Một trong những nhà khoa học dẫn đầu về lĩnh vực này tên là Max Tegmark, và cũng là một nhà vũ trụ học, người đã giới thiệu một khái niệm mức độ bốn cấp. Về cơ bản có thể nói rằng, dựa trên các quan sát vũ trụ, vũ trụ của chúng ta là một phần của toàn bộ vũ trụ, nơi có nhiều vũ trụ, và mỗi vũ trụ có các đặc tính vật lý hoàn toàn khác nhau.

Các đặc tính vật lý khác nhau có nghĩa là các đặc tính của thời gian và không gian có thể rất khác nhau. Tất nhiên, khoa học không thể giải thích mọi thứ về lĩnh vực tâm linh. Tuy nhiên, ngay cả với cách tiếp cận của khoa học, ít nhất chúng ta có thể nhận thức được rằng vũ trụ của chúng ta không phải là tất cả.

Thiên đàng thứ nhất và thiên đàng thứ hai

Nhìn chung có nhiều thiên đàng có thể phân loại thành hai loại. Đó là thiên đàng thuộc về thế giới thuộc linh mà đôi mắt thường của chúng ta không thể nhìn thấy được, và một loại thiên đàng vật chất mà đôi mắt chúng có thể thấy được. Vũ trụ vật chất mà chúng ta đang sống được gọi là thiên đàng đầu tiên, và thiên đàng thứ hai trở đi được gọi là cõi thuộc linh. Tại thiên đàng thứ hai có sự sáng của vườn địa đàng và bóng tối là nơi của ma quỷ sinh sống.

Trong Ê-phê-sô 2: 2 cho chúng ta biết về vua cầm quyền chốn không trung, được gọi là "hoàng tử của quyền lực trên gió và không khí, không khí thuộc thiên đàng thứ hai. Sáng thế ký 3: 24 cho chúng ta biết phía Đông của vườn địa đàng mà Đức Chúa Trời đặt để các Chê-ru-bin canh giữ ngày đêm và có thanh gươm lửa bảo vệ con đường dẫn đến cây sự sống.

Sáng thế ký 3: 24 "Vậy, Ngài đuổi loài người ra, rồi đặt tại phía đông vườn của Ê-đen các chê-ru-bim với gươm lửa xoay mọi bề, để giữ con đường dẫn đến cây sự sống"

Tại sao Đức Chúa Trời lại đặt để Chê-ru-bin ở phía Đông? Bởi vì phía Đông giống như là vùng biên giới giữa Sa-tan và vườn địa đàng thuộc Đức Chúa Trời. Đức Chúa Trời bảo vệ vườn địa đàng để ngăn chặn lại các ma quỷ có thể xâm nhập vào vườn địa đàng, đánh cắp và ăn trái sự sống để có được sự sống vĩnh cửu.

Vốn dĩ ban đầu trước khi A-đam ăn trái cây có thể phân biệt điều thiện và điều ác thì A-đam được Đức Chúa Trời ban cho quyền lực để cai trị vườn địa đàng và tất cả mọi vạn vật trong thiên đàng thứ nhất. Nhưng A-đam đã bị đuổi ra khỏi vườn địa đàng, bởi vì anh ta đã không vâng lời Lời của Đức Chúa Trời mà bèn ăn trái cấm.

Từ đó trở đi, phải có ai đó canh giữ vườn địa đàng nơi mà cây của cuộc sống được đặt. Và đó là lý do tại sao Đức Chúa Trời lại đặt để các Chê-ru-bim canh giữ ngày đêm và thanh gươm lửa bảo vệ con đường dẫn đến cây sự sống.

Vườn địa đàng

Trong sáng thế ký đoạn 2, sau khi Đức Chúa Trời tạo dựng A-đam từ bụi đất, Ngài đã tạo dựng vườn địa đàng trước đó, và Ngài đem A-đam vào vườn địa đàng, A-đam sống tại đó, A-đam có thần quyền của Đức Chúa Trời, như là một Thánh Linh sống. A-đam là một người thuộc linh nhận lấy sự sống từ Đức Chúa Trời, đó là lý do tại sao Đức Chúa Trời lại đặt để A-đam vào thiên đàng thứ hai, nơi được gọi là không gian thuộc linh để cho A-đam sống tại nơi đó.

Đức Chúa Trời cũng ban phước cho anh ta để chinh phục và cai trị mọi thứ. Nhưng trong khi đang sống tại thiên đàng thứ nhất, A-đam đã phạm tội vì không vâng lời Đức Chúa Trời, Thánh Linh trong người của anh ta đã không còn, vì vậy anh ta không thể sống mãi mãi tại không gian thuộc linh. Cho nên, Đức Chúa Trời đã đuổi anh ta ra khỏi vườn địa đàng. Và những người không hiểu sự thật này vẫn cố gắng tìm vườn địa đàng trên đất. Đó là vì họ không hiểu rằng vườn địa đàng nằm ở thiên đàng thứ hai, vương quốc thuộc linh, chứ không phải trong thế giới vật chất này.

Kim tự tháp ở Giza, Ai Cập, một trong những kỳ quan của thế giới, rất tinh vi và vĩ đại đến mức mà chúng trông giống như chúng không được xây dựng bằng công nghệ của con người. Trọng lượng trung bình của mỗi miếng đá là 2,5 tấn và 2,3 triệu mảnh đá tạo thành một kim tự tháp. Họ đã lấy tất cả những tảng đá này ở đâu? Ngoài ra, họ đã sử dụng loại công cụ nào để xây dựng chúng vào thời điểm đó?

Vậy ai đã xây dựng những Kim tự tháp này? Câu hỏi có thể được trả lời một cách dễ dàng nếu chúng ta hiểu về nhiều thiên đàng và không gian thuộc linh. Chi tiết hơn thì đã được giả thích trong sách sáng thế ký. Bây giờ, A-đam đã bị đuổi ra khỏi vườn địa đàng vì không vâng lời Đức Chúa Trời, vậy ai đang sống trong vườn địa đàng?.

Trong sáng thế ký 3: 16 " Đức Chúa Trời phán với Ê-va sau khi cô ta đã phạm tội "Ngài phán với người nữ rằng: Ta sẽ thêm nhiều sự cực khổ trong cơn thai nghén của ngươi; ngươi sẽ chịu đau đớn trong khi sinh con; sự ham muốn của ngươi phải hướng về chồng ngươi, và chồng sẽ cai trị ngươi"

Vì vậy, A-đam và Ê-va có vô số những người con, không thể đếm được. Họ vẫn sinh sống sau khi A-đam và Ê-va bị đuổi ra khỏi vườn địa đàng vì đã phạm tội. Chỉ là trước khi Adam phạm tội, những người trong vườn địa đàng có thể tự do đi lại, nhưng những hạn chế đã được thực hiện sau khi A-đam bị đuổi khỏi.

Một khái niệm về thời gian và không gian giữa thiên đàng thứ nhất và thiên đàng thứ hai là rất khác biệt. Và cũng có một luồng thời gian ở thiên đàng thứ hai nữa, nhưng điều này không bị giới hạn như thiên đàng thứ nhất, thế giới vật chất của chúng ta. Tại vườn địa đàng không có tuổi hay sự chết. Chẳng có sự gì bị hủy hoại hoặc trở nên tuyệt chủng. Ngay cả sau một thời gian dài, những người trong vườn địa đàng cũng không cảm nhận được sự khác biệt về thời gian. Họ cảm thấy như thể họ đang sống trong dòng chảy của thời gian. Ngoài ra, không gian trong địa đàng là vô hạn.

Nếu con người trong thiên đàng thứ nhất mà không qua đời thì chắc chắn sẽ có rất nhiều người. Nhưng thiên đàng thứ hai thì vô hạn, dù có nhiều người sinh ra cũng chẳng có vấn đề gì.

Thiên đàng thứ ba

Có thiên đàng khác thuộc về thế giới thuộc linh. Đó là thiên đàng thứ ba, nơi mà có vương quốc thiên đàng. Nơi mà cứu chuộc tất cả con cái của Đức Chúa Trời, và cũng là nơi mà Đức Chúa Trời sẽ ban cho sự sống đời đời. Sứ đồ Phao-lô đã được nhận sự mặc khải rất rõ ràng trong Khải huyền và khải tượng từ Đức Chúa Trời.

2 Cô-rinh tô 12:1-4 "Tôi cần phải khoe mình, dẫu chẳng có ích gì; nhưng tôi sẽ nói đến các sự hiện thấy và sự Chúa đã tỏ ra. 2 Tôi biết một người trong Đấng Christ, cách mười bốn năm trước, đã được đem lên đến từng trời thứ ba (hoặc trong thân thể người, hoặc ngoài thân thể người, tôi chẳng biết, có Đức Chúa Trời biết). 3 Tôi biết người đó (hoặc trong thân thể người, hoặc ngoài thân thể người, tôi cũng chẳng biết, có Đức Chúa Trời biết) 4 được đem lên đến chốn Ba-ra-đi, ở đó, nghe những lời không thể nói, mà không có phép cho người nào nói ra"

Cũng như mỗi quốc gia có thủ đô riêng của nước mình và các thành phố nhỏ khác và thậm chí các thị trấn nhỏ trong một quốc gia đó, có nhiều nơi ở trong nước thiên đàng cũng bắt đầu từ thành phố mới là Giê-ru-sa lem, nơi mà Đức Chúa Trời đang ngự trị, đó là thiên đường có thể được coi là vùng ngoại ô của vương quốc. Địa điểm cư ngụ của chúng ta sẽ khác nhau tùy thuộc vào mức độ chúng tôi yêu mến Đức Chúa Trời bao nhiêu và mức độ chúng ta sống với chân lý như thế nào, và cũng được phục hồi hình ảnh của Đức Chúa Trời mà chúng ta đã đánh mất.

Thiên đàng thứ ba ít hạn chế về thời gian, về không gian thì hơn thiên đàng thứ ba. Đó là sự sống đời đời và không gian cuối cùng.

Thật, điều này làm cho con người vô cùng khó hiểu biết về không gian và vương quốc thứ ba. Hãy nghĩ đến một quả bóng. Trước khi bạn thổi không khí vào nó, khu vực của khí cầu và khối lượng bị hạn chế. Nhưng nó có thể thay đổi đáng kể tùy thuộc vào lượng không khí bạn thổi vào. Không gian của vương quốc thiên đàng cũng tương tự như vậy. Khi chúng ta xây dựng nhà ở, chúng ta cần những mảnh đất, những viên gạch, và không gian mà chúng ta xây nhà đó sẽ rất giới hạn. Nhưng không gian thuộc thiên đàng thứ ba thì khác hoàn toàn, những ngôi nhà mà chúng ta có thể xây vô cùng khác biệt hơn với xây nhà ở dưới đất, bởi vì khái niệm về diện tích, khối lượng, chiều dài, hoặc chiều cao vượt ra ngoài phạm vi của trái đất này.

Thiên đàng thứ tư, nơi Đức Chúa Trời ngự trị

Thiên đàng thứ tư là không gian ban đầu nơi mà Đức Chúa Trời đã tồn tại từ trước ban đầu, trước khi Ngài phân chia vũ trụ có nhiều thiên đàng. Nhưng ở trong thiên đàng thứ tư, không có sử dụng khái niệm về thời gian và không gian. Thiên đàng thứ tư vượt lên mọi khái niệm về thời gian và không gian, và ở nơi đó bất cứ điều gì mà Đức Chúa Trời muốn trong tâm trí của Ngài sẽ được thực hiện ngay lập tức.

Chúa phục sinh hiện ra với các môn đồ của Ngài, là những người sợ người Do Thái và trốn trong nhà và khóa hết các cửa. 'Buổi chiều nội ngày đó, là ngày thứ nhất trong tuần lễ, những cửa nơi các môn đồ ở đều đang đóng lại, vì sợ dân Giu-đa, Đức Chúa Jêsus đến đứng chính giữa các môn đồ mà phán rằng: Bình an cho các ngươi!

20 Nói đoạn, Ngài giơ tay và sườn mình cho môn đồ xem. Các môn đồ vừa thấy Chúa thì đầy sự mừng rỡ. 21 Ngài lại phán cùng môn đồ rằng: Bình an cho các ngươi! Cha đã sai ta thể nào, ta cũng sai các ngươi thể ấy. 22 Khi Ngài phán điều đó rồi, thì hà hơi trên môn đồ mà rằng: Hãy nhận lãnh Đức Thánh Linh. 23 Kẻ nào mà các ngươi tha tội cho, thì tội sẽ được tha; còn kẻ nào các ngươi cầm tội lại, thì sẽ bị cầm cho kẻ đó. 24 Vả, lúc Đức Chúa Jêsus đến, thì Thô-ma, tức Đi-đim, là một người trong mười hai sứ đồ, không có ở đó với các môn đồ. 25 Các môn đồ khác nói với người rằng: Chúng ta đã thấy Chúa. Nhưng người trả lời rằng: Nếu ta không thấy dấu đinh trong bàn tay Ngài, nếu ta không đặt ngón tay vào chỗ dấu đinh, và nếu ta không đặt bàn tay nơi sườn Ngài, thì ta không tin. 26 Cách tám ngày, các môn đồ lại nhóm nhau trong nhà, có Thô-ma ở với. Khi cửa đang đóng, Đức Chúa Jêsus đến, đứng chính giữa môn đồ mà phán rằng: Bình an cho các ngươi! 27 Đoạn, Ngài phán cùng Thô-ma rằng: Hãy đặt ngón tay ngươi vào đây, và xem bàn tay ta; cũng hãy giơ bàn tay ngươi ra và đặt vào sườn ta, chớ cứng lòng, song hãy tin! 28 Thô-ma thưa rằng: Lạy Chúa tôi và Đức Chúa Trời tôi! 29 Đức Chúa Jêsus phán: Vì ngươi đã thấy ta, nên ngươi tin. Phước cho những kẻ chẳng từng thấy mà đã tin vậy" (Giăng 20:19-29). Ngài xuất hiện giữa các ngôi nhà mặc dầu chẳng có ai mở cửa cho Ngài. Chúa Giê-su lại hiện ra cùng môn đồ Ngài nơi gần biển Ti-bê-ri-át, xứ Ga-li-lê và ăn cùng họ (Giăng 21:1-14).

Đức Chúa Giê-su ở thế gian 40 ngày, 40 đêm, và có đám mây tiếp rước Ngài về trời dưới sự chứng kiến của nhiều người. Chúng ta có thể thấy Đức Chúa Giê-su Christ đã phục sinh, Ngài vượt mọi không gian và thời gian.

Vậy, còn bao nhiêu thứ nữa thì mọi thứ sẽ ở trên trên thiên đàng thứ tư, nơi Đức Chúa Trời có nguồn gốc ở đó không? Ngài là Đức Chúa Trời quyền năng, Ngài đã che chở và điều khiển tất cả không gian và vũ trụ, sự sáng, trong sự sáng có tiếng của Ngài, tiếng phán năng quyền. Trong khi Ngài đang ngự trị ở thiên đang thứ tư thì Ngài đang tể trị thiên đàng thứ nhất, thiên đàng thứ hai, và thiên đàng thứ ba

Thế giới nơi mà con người sống là một hạt nhỏ bé so với các tầng trời rộng mênh mông và những điều huyền bí khác ở trên thiên đàng. Ở dưới thế gian con người có thể cố gắng, cố gắng làm việc, lao động nặng nhọc để có được một đời sống tốt đẹp. Cuộc sống của con người trên thế gian có quá nhiều nan đề, vấn đề phức tạp rất khó khăn để con người giải quyết, con người chúng ta có giới hạn, nhưng đối với Chúa chẳng có gì là khó cả, không có gì không thể đối với Đức Chúa Trời.

Giả sử một người đàn ông đang nhìn thế giới của kiến. Đôi khi kiến có nhiều khó khăn trong việc mang thức ăn. Nhưng một người đàn ông có thể đặt nó vào nhà kiến một cách dễ dàng. Nếu con kiến gặp một cái vũng quá lớn để nó băng qua, con người có thể giữ nó trong tay và chuyển nó xuống mặt đất ở phía bên kia.Tuy nhiên, đối với loài kiến thì vô cùng khó khăn trong việc giải quyết vấn đề của mình, nhưng đối với con người thì đó là một việc vô cùng nhỏ. Tương tự như vậy, bất cứ người nào nhờ đến sự giúp đỡ của Đức Chúa Trời là Đấng toàn năng, thì mọi vấn đề sẽ được giải quyết.

Kinh thánh Cựu ước cũng đã tỏ ra nhiều lần những công việc quyền năng của Đức Chúa Trời đã thực hiện. Quyền năng của Ngài rẽ biển đỏ thành đất khô, ngăn chặn dòng chảy của sông Giô-đanh. Làm cho mặt trăng và mặt trời dừng lại. Khi Môi-se dùng cây gậy của mình đập vào hòn đá thì nước bèn chảy ra. Không có một sức mạnh quyền năng nào, hay sự giàu có, và sự hiểu biết dường bao mà con người có thể làm được như Đức Chúa Trời. Nhưng Chúa Giê-su phán trong Mác 10:27 "Đức Chúa Jêsus ngó môn đồ mà rằng: Sự đó loài người không thể làm được, nhưng Đức Chúa Trời thì chẳng thế; vì Đức Chúa Trời làm mọi sự được cả".

Trong Tân Ước cũng trình bày nhiều trường hợp người bệnh và người tàn tật đã được chữa lành và được làm lành trọn vẹn, và ngay cả những người đã chết cũng được sống lại bởi quyền năng của Đức Chúa Trời. Khi những chiếc khăn tay hay tạp dề đã chạm vào Phao-lô thì mọi bệnh tật được chữa lành, những căn bệnh khác cũng được chữa lành, và ma quỷ cũng biến mất.

Đức Chúa Trời là Đấng quyền năng vượt qua mọi giới hạn của con người

Ngày hôm nay, mỗi người Cơ đốc nhân chỉ có thể nhờ cậy Chúa, và quyền năng của Ngài mới có thể giải quyết các vấn đề của mình. Ngay cả những vấn đề dường như khó khăn nhất sẽ không còn là vấn đề. Và điều này đã được chứng minh hàng tuần trong nhà thờ tôi đang phục vụ. Có rất nhiều bệnh nan y bao gồm AIDS đã được chữa lành khi những tín hữu lắng nghe Lời Chúa trong các giờ thờ phượng và nhận được sự chữa lành từ lời cầu nguyện.

Không chỉ ở Hàn Quốc mà còn vô số người trên thế giới đã trải qua những kinh nghiệm chữa bệnh một cách kỳ diệu đã được ghi chép lại trong Kinh thánh. Những việc làm uy quyền như vậy đã từng được giới thiệu bởi CNN. Ngoài ra, chúng tôi còn có các mục sư phụ tá trong sự cầu nguyện. Thông qua những lời cầu nguyện như vậy. Những việc làm chữa bệnh bằng phép lạ đã xay một cách kỳ diệu, vượt qua mọi giới hạn và rào cản văn hóa của mọi quốc gia, mọi sắc tộc trên thế giới.

Cuộc đời tôi cũng như vậy, tất cả mọi vấn đề trong cuộc sống của tôi đều được giải quyết sau khi tôi gặp được Đấng sáng tạo. Tôi cũng là một người có rất nhiều bệnh tật và tôi được mọi người đặt với biệt danh là "kẻ bệnh tật" gia đình tôi không có sự bình an, mất hy vọng sống, tuyệt vọng. Nhưng tôi cảm ơn Đức Chúa Trời, tất cả mọi sự tuyệt vọng, mọi bệnh tật, mọi nợ nần đều tan biến khi tôi quyết định quỳ gối trong nhà thờ để tiếp nhận Ngài làm Chúa, làm chủ của cuộc đời tôi. Đức Chúa Trời đã giúp đỡ tôi giải quyết vấn đề nợ nần. Con số nợ mà tôi mắc phải quá lớn, nhưng chỉ trong vài tháng tôi đã trả hòa tất.

Gia đình tôi nhận được sự bình an, hạnh phúc. Trên tất cả mọi điều, Đức Chúa Trời đã kêu gọi tôi trở thành mục sư, là người đầy tớ của Ngài, Ngài ban cho tôi có năng quyền để chữa lành những linh hồn đang hư mất, linh hồn đang đau khổ và tuyệt vọng.

Ngày hôm nay co nhiều người nói rằng là họ tin Chúa nhưng có rất ít người dám sống đức tin thật của mình. Hễ có điều gì, gặp khó khăn nào thì họ liền chạy đến, kêu cứu sự giúp đỡ từ con người, họ nhờ cậy loài người hơn là nhờ cậy Đức Chúa Trời. Họ thất vọng và nản lòng khi những vấn đề của họ không được giải quyết theo cách riêng của họ. Nếu họ ốm, họ không nhìn về Chúa, nhưng họ lại tìm bác sĩ của đời này và phụ thuộc vào các bác sĩ trong bệnh viện. Nếu họ phải đối mặt với khó khăn trong kinh doanh của họ, họ tìm kiếm sự giúp đỡ ở đây và ở đó.

Một số Cơ đốc nhân thường xuyên than phiền với Đức Chúa Trời hoặc từ bỏ đức tin của mình chỉ vì không chịu nổi sự khó khăn, bắt bớ, thử thách. Họ trở nên những con người không vững lập trong đức tin của họ và mất đi sự trọn vẹn nếu họ bị bức hại hoặc khi họ mong đợi một số mất mát do đi đúng hướng. Tuy nhiên, nếu họ tin rằng Đức Chúa Trời đã tạo dựng mọi thiên đàng và Ngài làm có thể làm mọi thứ chắc chắn họ sẽ không làm điều đó.

Đức Chúa Trời sáng tạo mọi vật sống. Có loại bệnh nghiêm trọng nào, nguy hiểm nào mà Đức Chúa Trời không chữa lành được không? Đức Chúa Trời phán "Haggai 2:8). Ngài có thể làm cho con cái của Ngài trở nên giàu có không? Đức Chúa Trời có thể làm mọi thứ, nhưng con người cảm thấy chán nản hay chán nản và họ rời xa sự thật vì họ không tin Đức Chúa Trời toàn năng. Bất kể loại vấn đề nào bạn có, bạn có thể giải quyết nó bất cứ lúc nào nếu bạn thực sự tin tưởng Đức Chúa Trời từ tấm lòng của bạn và chỉ dựa vào Ngài.

Được gặp Đức Chúa Trời toàn năng là Đấng sáng tạo

Câu chuyện của người chỉ huy có tên là Na-a-man trong 2 các Vua chương 5 dạy chúng ta cách nhận được những câu trả lời cho những vấn đề của chúng ta từ Đức Chúa Trời Toàn Năng. Na-a-man là người chỉ huy của quân đội Aram, nhưng không thể làm bất cứ điều gì về bệnh phung của mình. Một ngày nọ, ông ta nghe được tin từ một cô gái nhỏ người Hê-bê-rơ nói về một người tên là Ê-li-sê, tiên tri của Y-sơ-ra-ên, có quyền năng của Đức Chúa Trời có thể chữa mọi tật bệnh. Na-a-man là một người đàn ông ngoại quốc, không có tin Đức Chúa Trời, nhưng ông ta không phớt lờ đi lời của cô bé nhỏ đó, ông ta có một tấm lòng tốt. Ông ta chuẩn bị mọi thứ để gặp tiên tri Ê-li-sê, người của Đức Chúa Trời, và chuẩn bị cho chuyến đi dài.

Nhưng khi Na-a-man đến được nhà của tiên tri Ê-li-sê, Ê-li-sê không cầu nguyện cho ông ta và cũng không chào đón ông ta. Tất cả các nhà tiên tri đã làm là để cho một đầy tớ của mình truyền tải một thông điệp đến cho ông ta là hãy đi tắm mình bảy lần dưới sông Giô-đanh. Trước hết, ông ta thấy bị sốc và cảm thấy bản thân mình bị xúc phạm, rồi sau đó thì ông ta cũng vâng lời. Cho dù thế nào đi chăng nữa, những việc làm và lời nói của tiên tri Ê-li-sê cũng làm cho ông ta suy nghĩ. Ông ta tin cậy và vâng lời tiên tri của Đức Chúa Trời người mà có thể nói ra những lời có năng quyền của Đức Chúa Trời.

Khi Na-a-man bèn xuống sông Giô-đanh và tắm mình bảy lần, ngay tức thì bệnh phung của ông ta được chữa lành hoàn toàn. Tại đây, việc nhúng cơ thể mình vào sông Giô-đanh có nghĩa là gì? Nước là lời của Đức Chúa Trời. Điều này có nghĩa là một người có thể tha thứ hết mọi tội, xóa sạch mọi tội lỗi, mọi sự dơ bẩn trong tấm lòng của mình bằng cách nhờ lời của Đức Chúa Trời, và đó cũng là cách Na-a-man đã được chữa lành bằng nước, chính là lời của Đức Chúa Trời. Bởi vì con số bảy là viết tắt của sự hoàn hảo, ngâm thân thể mình bảy lần trong nước có nghĩa là ông ta đã được chữa lành hoàn toàn.

Như đã giải thích, đối với con người chúng ta để nhận được câu trả lời từ Đức Chúa Trời toàn năng, thì phải thông qua đường thông tin giữa Đức Chúa Trời và bằng cách chúng ta được tha tội hoàn toàn. Tiên tri Ê-sai 59: 1-2 " Nầy, tay Đức Giê-hô-va chẳng trở nên ngắn mà không cứu được; tai Ngài cũng chẳng nặng nề mà không nghe được đâu. 2 Nhưng ấy là sự gian ác các ngươi làm xa cách mình với Đức Chúa Trời; và tội lỗi các ngươi đã che khuất mặt Ngài khỏi các ngươi, đến nỗi Ngài không nghe các ngươi nữa".

Nếu chúng ta không biết về Đức Chúa Trời và không chấp nhận Chúa Giê-su Christ. Chúng ta phải ăn năn vì đã không chấp nhận Chúa Giê-su Christ (Giăng 16:9). Đức Chúa Trời phán rằng chúng ta là kẻ giết người nếu chúng ta ghét anh em mình (1 Giăng 3:15), và chúng ta cũng phải ăn năn nếu chúng ta không yêu anh em mình. Gia- cơ 4:2-3 "Anh em tham muốn mà chẳng được chi; anh em giết người và ghen ghét mà chẳng được việc gì hết; anh em có sự tranh cạnh và chiến đấu, anh em chẳng được chi, vì không cầu xin. 3 Anh em cầu xin mà không nhận lãnh được, vì cầu xin trái lẽ, để dùng trong tư dục mình".Vì vậy, chúng ta phải lấy đức tin mà cầu nguyện, chớ nghi ngờ (Gia cơ 1:6).

Hơn nữa, nếu chúng ta không đặt để lời của Đức Chúa Trời vào đời sống hằng ngày, và tuyên xưng đức tin hằng ngày, chúng ta phải ăn năn một cách triệt để. Chúng ta không nên nói rằng chúng ta xin lỗi. Chúng ta phải đập tan mọi sự cứng đầu trong tấm lòng của chúng ta, phải ăn năn, than khóc với Chúa. Sự ăn năn của chúng ta được xem là ăn năn thật lòng khi chúng ta quyết tâm sống với lời của Chúa và thực hành lời Ngài.

Trong phục truyền luật lệ ký 32:39 "Bây giờ, hãy xem ta là Đức Chúa Trời, Ngoài ta chẳng có Đức Chúa Trời nào khác. Ta khiến cho chết và cho sống lại, Làm cho bị thương và chữa cho lành, Chẳng có ai giải cứu khỏi tay ta được".

Đây là Đức Chúa Trời mà chúng ta tin. Đức Chúa Trời đã dựng nên mọi thiên đàng và mọi vật trong đó. Ngài biết tất cả mọi hoàn cảnh của chúng ta. Ngài có đủ quyền năng đáp lời tất cả những lời cầu nguyện của chúng ta. Bất kể tuyệt vọng hay buồn chán trong mọi hoàn cảnh mà chúng ta gặp phải, Ngài có thể biến mọi thứ xung quanh giống như lật một đồng xu. Vì vậy, tôi hy vọng bạn sẽ nhận được câu trả lời cho những lời cầu nguyện và lòng ham muốn của mình bằng cách tin tưởng vào Đức tin chỉ dựa vào một mình Đức Chúa Trời.

Chúa làm phép lạ

Trước khi tôi tốt nghiệp từ trường y khoa Moldova, tôi là tổng biên tập của một tạp chí y khoa, "Bác sĩ gia đình của bạn", nổi tiếng ở Moldova, Ukraine, Nga và Belarus. Năm 1997, tôi chuyển đến Mỹ. Tôi đã trở tiến sĩ trong Y học tự nhiên, tiến sĩ trong dinh dưỡng lâm sàng và Y học tích hợp, Tiến sĩ Y học thay thế, Tiến sĩ Y khoa và Tiến sĩ danh dự trong Khoa học Y tế Tự nhiên. Sau khi tốt nghiệp tôi đã đến thành phố New York. Tôi nhanh chóng trở nên nổi tiếng trong cộng đồng Nga và nhiều tờ báo xuất bản các bài viết của tôi mỗi tuần. Năm 2006, tôi nghe nói sẽ có một hội nghị lớn của người Cơ đốc được tổ chức tại quảng trường Madison Garden. Tôi đã có dịp được gặp một phái đoàn của Hội Thánh Manmin, và tôi cảm thấy sức mạnh của Chúa Thánh Linh làm việc trên họ. Hai tuần sau tôi tham dự cuộc thập tự chinh.

Mục sư, tiến sĩ Jaerock Lee đã cầu nguyện tham gia một cuộc thập tự chinh sau khi được nghe bài giảng với tựa đề tại sao Chúa Giê-su là Đấng cứu chuộc của chúng ta?. Đức Chúa Trời đã chữa lành cho mọi người. Đức Chúa Cha là Đức Chúa Trời. Nếu sứ điệp tôi giảng luận không đúng, thì tôi chẳn có được một công việc tốt nào trong tối đêm nay. Nhưng đó là sự thật, có nhiều linh hồn là những người chưa tin Chúa nhìn thấy được những nhân chứng sống cho Đức Chúa Trời. Hãy để què đi! Hãy để những người không thể nghe, có thể nghe! Tất cả các căn bệnh không chữa được, được đốt cháy bởi lửa của Đức Chúa Thánh Linh và được khỏe mạnh!"

Tôi đã bị sốc khi nghe một lời cầu nguyện như vậy. Điều gì sẽ xảy ra nếu không có sự chữa lành thiêng liêng? Làm sao ông ấy tự tin có thể cầu nguyện theo cách ông ấy làm? Nhưng những điều kỳ diệu đã xảy ra ngay cả trước khi lời cầu nguyện cho người bệnh kết thúc. Những người đang chịu đựng sự dày vò từ ma quỷ cũng đã được thả tự do. Tiếng câm nói được. Người mù được nhìn thấy. Vì vậy, có rất nhiều người đã làm chứng lại những công việc lạ lùng mà Đức Chúa Trời đã làm trên đời sống của họ, những phép lại của Đức Chúa Trời. Nhiều người đã đứng lên từ xe lăn và vứt bỏ cây gậy của họ. Một số người làm chứng rằng họ đã được chữa lành AIDS.

Trong cuộc chiến thập tự tinh ngày càng phát triển, quyền năng của Đức Chúa Trời được thi thố trong cuộc thập tự chinh. Các bác sĩ của mạng lưới các bác sĩ Cơ đốc trên thế giới, viết tắt là WCDN, mọi người đến từ nhiều quốc gia, đã lập bảng để nhận lời khai. Họ đã cố gắng xác minh về những bản tờ khai cuối cùng của họ về những bệnh tật, họ nói rằng có những con người không thể sống sót, nhưng mọi việc đã thay đổi, tất cả những người mà chuẩn bị qua đời qua lời chẩn đoán của bác sĩ, nhưng tất cả họ đều đã được chữa lành.

Tại Nubia Cano, một phụ nữ 54 tuổi sống ở Queens đã được chẩn đoán mắc bệnh ung thư cột sống vào năm 2003. Cô ấy không thể di chuyển hoặc đi bộ. Cô đã dành tất cả thời gian của mình nằm trên giường và có những lúc cơn đau dữ dội buộc cô phải tiêm morphine trong 2 giờ mỗi lần. Bác sĩ bảo cô rằng cô sẽ không thể đi lại.

Khi cô ta tham gia một cuộc thập tự chinh của tiến sĩ Jaerock Lee được tổ chức tại New York vào năm 2006 cùng với một người bạn. Cô ta chứng kiến trực tiếp có nhiều người đã chấp nhận tin Chúa và được Đức Chúa Trời chữa lành, và cô ta đã bắt đầu tuyên xưng đức tin của mình. Khi cô ta được mục sư, tiến sĩ Lee's cầu nguyện, thì ngay lúc ấy cô ta cảm thấy có một luồng hơi ấm tràn ngập khắp thân thể của cô và cô cảm giác có ai đó đang dùng bàn tay nhẹ nhàng xoa bóp cho cô ta.

Ngay lúc ấy, những cơn đau nhiều năm đều tan biến, nỗi đau đó không còn ngự trị trong cô từ khi cô tham gia một cuộc thập tự chinh, cô ta có thể bước đi như một người bình thường. Nhưng từ khi bác sĩ của cô nhìn

thấy cô có thể bước đi, ông ta vô cùng ngạc nhiên, tại sao một người chưa bao giờ có thể bước đi được nhưng bây giờ lại có thể đi một cách tự do như vậy. Thậm chí ngay bây giờ cô ta cũng có thể nhảy theo những giai điệu của Merengue.

Maximillia Rodriguez sống ở Brooklyn có thị lực rất kém. Cô đã đeo kính áp tròng trong 14 năm và kính đeo mắt trong 2 năm qua. Vào ngày cuối cùng của cuộc thập tự chinh, bà đã nhận được lời cầu nguyện từ mục sư, bác sĩ Jaerock Lee bằng đức tin và ngay lập tức nhận ra rằng bà có thể bắt đầu thấy mà không có kính của mình.

Hôm nay, cô có thể đọc được những bản in tuyệt vời nhất trong Kinh Thánh mà không cần kính mắt. Bác sĩ nhãn khoa của cô cho biết, sau khi nhận ra và khẳng định một sự cải thiện không thể phủ nhận về thị lực của cô, chỉ có thể ngạc nhiên trước những gì anh đang chứng kiến.

Tại quảng trường Madison Garden, nơi mà đã diễn ra cuộc thập tự chinh năm 2006, chính tại nơi đây những phép lạ của Chúa đã tỏ ra cho nhiều người. Chính bản thân ngay lúc đó đã trở thành một chứng nhân cho Chúa. Năng quyền của Đức Chúa Trời đã thay đổi tôi và Ngài ban cho tôi một cuộc sống mới. Tôi quyết tâm trở thành một công cụ cho Đức Chúa Trời để chứng minh những công việc vĩ đại của Đức Chúa Trời đã ban cho mọi người và giúp tất cả mọi người trên thế giới nhận biết Ngài và tin nhận Ngài.

Chương 3 ĐỨC CHÚA TRỜI BA NGÔI

> Chúng ta tin rằng Ba Ngôi Đức Chúa Trời đồng đẳng, Ba Ngôi hiệp một. Trong Ba Ngôi, mỗi Ngôi có công việc riêng biệt. Ba Ngôi Đức Chúa Trời là Đức Chúa Cha, Đức Chúa Con, và Đức Chúa Thánh Linh.

Bằng cớ Đức Chúa Trời cãi tạo con người

Bản chất và sự trật tự của Đức Chúa Trời Ba Ngôi

Vai trò của Đức Chúa Trời Ba Ngôi

Đức Chúa Con chính là Chúa Giê-su mở cho con người một con đường cứu rỗi

Đức Thánh Linh hoàn tất sự cứu rỗi

Đừng làm chết Thánh Linh

Đức Chúa Cha, là người chủ tạo dựng con người

Ba Ngôi Đức Chúa Trời đáp ứng sự cứu rỗi

Từ chối Đức Chúa Trời Ba Ngôi và công việc của Đức Thánh Linh

Vậy, hãy đi dạy dỗ muôn dân, hãy nhân danh Đức Cha, Đức Con, và Đức Thánh Linh mà làm phép báp tem cho họ

(Ma-thi-ơ 28:19)

Đức Chúa Trời Ba Ngôi có nghĩa là Đức Chúa Cha, Đức Chúa Con, và Đức Thánh Linh là một. Chúng ta tin chắc rằng Ba Ngôi Đức Chúa Trời là một. Ba Ngôi gồm có ba thân vị trong một, Đức Chúa Cha, Đức Chúa Con, Đức Chúa Thánh Linh. Vâng, thật vậy, Ba ngôi hiệp một, chúng ta nói rằng " Đức Chúa Trời Ba Ngôi" hay Ba Ngôi Đức Chúa Trời".

Điều này vô cùng quan trọng trong niềm tin của người Cơ đốc, nhưng trên thực tế điều này vô cùng khó hiểu, và khó khăn trong việc giải thích một cách chi tiết đối với chúng ta. Bởi vì học thuyết này rất khó đối với con người, người mà có sự giới hạn về hiểu biết và suy nghĩ về nguồn gốc của Đấng sáng tạo. Nhưng ở trong một chừng mực nào đó thì chúng ta có thể hiểu biết về Đức Chúa Trời Ba Ngôi, chúng ta có thể hiểu được tấm lòng của Đức Chúa Trời, nhận được những phước lành, sự cầu nguyện thông qua sự tương giao giữa chúng ta với Chúa.

Bằng cớ Đức Chúa Trời cải tạo con người

Đức Chúa Trời phán trong Xuất-ê-díp-tô 3:14 "Ta là Đấng Tự Hữu và Hằng Hữu" chẳng có ai có thể sinh ra Chúa và tạo dựng Ngài. Chính Ngài là Đấng đã có và tự có từ trước sáng thế. Ngài vượt qua sự hiểu biết và trí tưởng tượng của con người, Ngài không có khởi đầu và cũng không có kết thúc. Ngài chỉ tồn tại từ trước vô cùng cho đến đời đời. Ngài đã tồn tại trong ánh sáng, Ngài như là ánh sáng trong không gian, vũ trụ, (Giăng 1: 1; 1 Giăng 1:5). Nhưng tại một thời điểm nào đó, Ngài muốn có ai đó mà Ngài có thể chia sẻ tình yêu, và Ngài đã hoạch định một kế hoạch để cải tạo của con người có thể trở nên con cái thật sự của Ngài.

Bằng cớ để Ngài thực hiện một chương trình để cải tạo con người, trước hết Ngài phân chia không gian. Ngài phân chia không gian thuộc linh và không gian thuộc thể là nơi con người có thể sinh sống, Ngài tồn tại ở đây chính là Đức Chúa Trời Ba Ngôi. Sự tồn tại của Đức Chúa Trời Ba Ngôi gồm có ba thân vị; đó là Đức Chúa Cha, Chúa con, và Thánh Linh.

Kinh thánh cho biết rằng, Chúa Giê-su là con của Đức Chúa Trời, và Ngài cũng là Đức Chúa Trời (Công vụ 13:3) và giăng 15:26, Ga-la-ti 4:6 đều cho biết rằng Đức Thánh Linh đến với Ngài. Giống như tạo ra một cái tôi, Đức Chúa Con là Chúa Giê-su và Ngài được sinh ra bởi Đức Thánh Linh đến từ Đức Chúa Cha. Điều này cần thiết cho việc cải tạo con người.

Đức Chúa Giê-su con và Đức Thánh Linh không phải là tạo vật của Đức Chúa Trời tạo dựng. Họ chính là nguồn gốc của Đức Chúa Trời Ba Ngôi là một. Họ đều có một nguồn gốc, Ba Ngôi Đức Chúa Trời tồn tại để cải tạo và tu luyện con người. Ba Ngôi Đức Chúa Trời là một nhưng họ có vai trò, công việc khác nhau. Đức Chúa Trời Ba Ngôi đồng một tấm lòng, một suy nghĩ, một quyền năng và đó là lý do tại sao chúng ta lại gọi là Đức Chúa Trời Ba Ngôi.

Bản chất và sự trật tự của Đức Chúa Trời Ba Ngôi

Giống như Đức Chúa Trời là Cha, Giê-su là Con, và Chúa Thánh Linh đồng đẳng hiệp một, là Đấng có quyền năng như nhau. Cũng vậy, Chúa Giê-su là Con và Đức Thánh Linh có cùng bản chất giống nhau, Đức Chúa Con và Đức Thánh Linh có cùng ý muốn và mong muốn như Đức Chúa Cha yêu và mong muốn. Ngược lại, Đức Chúa Cha cảm thấy vui mừng và đau đớn giống như Đức Chúa Con và Đức Thánh Linh yêu. Tuy nhiên, họ là Ba Ngôi đồng đẳng, độc lập, và có vai trò, công việc khác nhau.

Mặt khác, Chúa Giê-su Con cũng có tấm lòng như Đức Chúa Cha, nhưng thần tánh của Ngài mạnh hơn nhân tánh của Ngài'. Vì vậy, phẩm giá thần thánh và công lý của Ngài nổi bật hơn. Mặt khác, trong trường hợp của Đức Thánh Linh, nhân tánh của Ngài mạnh hơn. Sự tinh tế của Ngài, nhân từ, nhu mì, và sự thương xót nổi bật hơn tính cách của Ngài.

Như đã giải thích, Đức Chúa Trời Con và Đức Chúa Thánh Linh là có một nguồn gốc từ Đức Chúa Cha nhưng Ba Ngôi Đức Chúa Trời có các thực thể độc lập, tính cách khác nhau, có những vai trò khác nhau. Sau Đức Chúa Cha là Đức Chúa Con là Chúa Giê-su Christ, và Đức Chúa Thánh Linh. Đức Thánh Linh phục vụ cho Đức Chúa Giê-su và Đức Chúa Cha.

Vai trò của Đức Chúa Trời Ba Ngôi

Ba Ngôi Đức Chúa Trời hiệp nhất, đồng đẳng với nhau, đều có một nhiệm vụ cải tạo, tu luyện con người, mỗi Đấng có những nhiệm vụ, vai trò khác nhau, nhưng đôi khi cả ba cùng làm việc với nhau để tu luyện con người. Ví dụ, sáng thế ký 1:26 "Đức Chúa Trời phán rằng: Chúng ta hãy làm nên loài người như hình ta và theo tượng ta, đặng quản trị loài cá biển, loài chim trời, loài súc vật, loài côn trùng bò trên mặt đất, và khắp cả đất".

Chúng ta có thể suy ra rằng Đức Chúa Trời Ba Ngôi tạo dựng con người theo hình ảnh của Ngài. Cũng vậy, khi Đức Chúa Trời Ba Ngôi xuống để kiểm tra tháp Ba-bên thì ba thân vị như là thành viên của một công ty. Khi con người bắt đầu xây dựng lên tháp Ba-bên, lòng của họ muốn trở nên giống như Đức Chúa Trời, chính vì vậy Đức Chúa Trời đã làm cho tiếng nói của họ trở nên lộn xộn. Trong sáng thế ký 11: 7 "Thôi! chúng ta hãy xuống, làm lộn xộn tiếng nói của chúng nó, cho họ nghe không được tiếng nói của người nầy với người kia.

Ở đây, danh từ " Chúng ta" chỉ về danh từ nhân xưng số nhiều, và chúng ta có thể ba danh xưng là Đức Chúa Trời Ba Ngôi hiệp nhất cùng nhau. Như đã giải thích, đôi khi ba thân vị làm việc như là một. Nhưng thật ra có lúc họ làm việc một cách riêng biệt mục đích để quan phòng, tu luyện con người sẽ hoàn tất ý định ban đầu cho đến sự cứu chuộc. Vậy, vai trò của mỗi người của Đức Chúa Trời Ba ngôi tương ứng như thế nào?.

Chúa Giê-su là Chúa con mở ra một con đường cứu rỗi.

Vai trò của Đức Chúa Con là Chúa Giê-su trở nên Đấng cứu chuộc và Ngài mở ra một con đường cứu chuộc cho tội nhân. Từ khi tổ phụ chúng ta phạm tội là A-đam, A-đam đã không vâng lời, nên đã ăn trái cấm mà Đức Chúa Trời cấm không được ăn, tội lỗi đã đi vào thế gian, đi vào trong nhân loại. Bây giờ nhân loại cần sự cứu rỗi từ nơi Chúa Giê-su. Nhân loại đã phạm tội, kết quả của họ là sự chết đời đời trong hỏa ngục. Tuy nhiên, Chúa Giê-su là con của Đức Chúa Trời, Ngài đã gánh thay tội lỗi của nhân loại để cứu nhân loại thoát khỏi hồ lửa đời đời.

Bây giờ, tại sao Đức Chúa Giê-su lại trở nên Đấng cứu chuộc cho tất cả nhân loại?. Giống như mỗi quốc gia có luật riêng của họ, do đó, lĩnh vực tâm linh có luật riêng của nó, và không có ai có thể trở thành Đấng Cứu Rỗi. Có phải chăng một người nào đó có tất cả các bằng cấp của đời nầy mới có thể mở ra một con đường cứu rỗi không?. Và sau đó, các bằng cấp đó có thể trở nên Đấng cứu chuộc và mở ra một con đường cứu rỗi cho nhân loại là những con người đã phạm tội không?.

Trước hết, Đấng cứu chuộc phải là một con người. 1 Cô-rinh-tô 15:21 " Vả, vì chưng bởi một người mà có sự chết, thì cũng bởi một người mà có sự sống lại của những kẻ chết". Như đã chép, bởi vì sự chết đã vào trong thế gian vì tội bất tuân của A-đam, sự cứu rỗi cũng phải đến từ một con người giống như A-đam.

Thứ hai, Đấng cứu chuộc phải thuộc dòng họ A-đam, con cháu A-đam. Từ A-đam, tội lỗi đã đi vào trong thế gian, dòng giống, thế hệ của A-đam đều đã phạm tội, là những người thừa hưởng tội lỗi từ cha của mình. Không có bất cứ một dòng dõi nào của A-đam có thể trở nên Đấng cứu chuộc được. nhưng Chúa Giê-su được hoài thai bởi Thánh Linh, và Ngài không phải là dòng giống, con cháu của Â-đam, Ngài không có bất cứ tội lỗi nào, từ cha mẹ của mình, Ngài là Đấng thánh khiết trọn vẹn (Ma-thi-ơ 1:18-21)

Thứ ba, Đấng cứu chuộc phải có năng quyền. Để cứu chuộc con người khỏi sự chết đời đời, khỏi sự trừng phạt thì Đấng đó phải có quyền năng, phải có sức mạnh của Thánh Linh và hoàn toàn không có tội, không có bất cứ tội lỗi nào, không có bất tuân mạng lệnh Lời của Đức Chúa Trời, và Đấng đó không có bất kỳ một vết bẩn nào.

Cuối cùng, Đấng cứu chuộc phải có tình yêu thương. Thậm chí nếu một người nào có tất cả ba ý trên, nếu anh hay cô ấy không tình yêu thương, và không có lòng thương xót, gánh lấy tội lỗi của nhân loại thì sẽ không chết thay tội lỗi của con người. Như vậy, Đâng cứu chuộc phải có tình yêu thương để nhận lấy sự trừng phạt là cái chết thay cho con người tội lỗi.

Trong bộ phim " Sự khổ nạn của Chúa Giê-su" đã miêu tả về sự khổ nạn của Chúa Giê-su một cách tuyệt vời. Ngài bị đánh đập và thịt của Ngài bị bửa ra, tách ra từng miếng. Bàn tay Ngài, bàn chân Ngài bị đóng đinh trên cây thập tự, đầu Ngài đeo mẫu gai. Người ta treo Ngài trên cây thập tự, và Ngài trút hơi thở cuối cùng, những giáo gai đâm lưng của Ngài, huyết Ngài tuôn đổ trên cây thập tự, Ngài đã gánh lấy hết mọi tội lỗi, mọi xấu xa của con người, bởi dòng huyết vô tội ấy đã cứu nhân loại thoát khỏi tội lỗi, khỏi mọi bệnh tật, và sự yếu đuối của con người.

Từ khi tổ phụ của chúng ta phạm tội là A-đam, không có một con người nào có thể cứu con người thoát khỏi sự chết đời đời, dù các vĩ nhân đời này cũng không thể, một người cũng không. Bởi nguyên tội của A-đam, hễ bất cứ một con người nào sinh ra đều mang trong mình những tội lỗi, và chẳng có ai có thể sống làm trọn luật pháp của Đức Chúa Trời, và không có ai mà không phạm tội, tất cả mọi người đều đã phạm tội. Cũng như một người đàn ông mắc nợ quá lớn thì không thể trả hết nợ của mình. Tương tự như vậy, người phạm tội thì không thể cứu người có tội, không thể cứu người khác nữa. Chính vì lý do này Đức Chúa Trời đã có một chương trình tốt đẹp cho nhân loại, một bí mật trước khi sáng thế. Đó là Chúa Giê-su là con của Đức Chúa Trời

Chúa Giê-su đáp ứng đủ mọi điều kiện của Đấng cứu rỗi. Ngài đã xuống trần gian nhuốc nhơ này, và trở nên một người xác thịt bình như chúng ta, nhưng Ngài không phải được sinh ra bởi tinh trùng của một người đàn ông và trứng của người phụ nữ. Nữ đồng trinh Ma-ry đã được thụ thai bởi Thánh Linh, Chúa Giê-su không phải là dòng dõi của A-đam và Ngài cũng không phạm tội di truyền từ A-đam. Trong suốt cuộc đời của Ngài, Ngài hoàn toàn vâng giữ luật pháp và không phạm tội cá nhân chút nào.

Ngài là một con người hoàn hảo, vô tội, Ngài chính là Chúa Giê-su đã hy tình yêu của mình trên cây thập tự cho tội nhân. Và như vậy, con người đã có được phương cách được tha thứ tội lỗi thông qua huyết của Chúa Giê-su. Nếu Chúa Giê-su không trở nên Đấng cứu chuộc thì tất cả nhân loại, kể cả A-đam sẽ sống trong địa ngục. Ngoài ra, nếu tất cả mọi người đã rơi vào địa ngục, mục tiêu của việc tu luyện con người sẽ không đạt được. Điều này có nghĩa là không ai có thể bước vào vương quốc thiên đàng và do đó Đức Chúa Trời sẽ không có được bất kỳ con cái thật.

Và đó là lý do tại sao Đức Chúa Trờ đã có một chương trình cứu chuộc nhân loại qua con một của Ngài là Chúa Giê-su là Đấng cứu chuộc, và cũng để làm thành kế hoạch tu luyện ban đầu của Ngài. Hễ ai tin Chúa Giê-su là Đấng chết thay tội lỗi của chúng ta trên cây thập tự thì người đó có thể tha thứ tội lỗi và nhận được sự công chính để trở nên con cái thật của Ngài.

Đức Thánh Linh hoàn tất sự cứu rỗi

Đức Thánh Linh là một phần trong sự hoàn tất cứu chuộc nhân loại của Chúa Giê-su. Đức Thánh Linh trông giống như một người mẹ sẽ cần y tá trong vấn đề sinh nở. Đức Thánh Linh làm việc trong lòng của tội nhân, để cho họ ăn năn, tin nhận Chúa và dẫn họ vào vương quốc thiên đàng. Ngài cũng là Đức Thánh Linh, Ngài ở khắp mọi nơi khi Ngài thi hành chức vụ của mình. Ban đầu thì Thánh Linh chỉ cư ngụ một nơi, nhưng Thánh Linh ở khắp mọi nơi trên thế gian này khi Ngài thi hành sứ mạng của mình cho nhân loại. Tất nhiên, Đức Chúa Cha và Đức Chúa Con phân chia Thánh Linh ở khắp mọi nơi. Chúa Giê-su phán trong Ma-thi-ơ 18:20 " Vì nơi nào có hai ba người nhân danh ta nhóm nhau lại, thì ta ở giữa họ. Chính vì vậy, chúng ta có thể hiểu rằng Chúa Giê-su phân chia Thánh Linh là Đấng từ ban đầu của Ngài. Chúa Giê-su không có ở trực tiếp với các con cái của Ngài khắp thế gian mỗi khi con cái của Ngài thông công, hiệp một lại với nhau, mà chính là Ngài ban Thánh Linh của Ngài ở khắp mọi nơi với con cái của Ngài.

Đức Thánh Linh hướng dẫn, bảo vệ mỗi con cái của Ngài, Ngài ban cho họ biết yêu thương, có tấm lòng tốt với mọi người như một người mẹ yêu thương, chăm sóc người con của mình. Hễ khi nào có bất cứ một người trở lại với Chúa, tin nhận Ngài thì Ngài sai Thánh Linh đến với người đó. Chẳng có vấn đề gì khi càng có nhiều người tin nhận Chúa, hàng vạn, hàng thiên binh, thiên sứ, Thánh Linh của Ngài sẽ đến với những người đó, ở trong tấm lòng của họ, ngự trị trong họ. Điều này có nghĩa là chúng ta nhận được Thánh Linh của Ngài, có Thánh Linh ở cùng. Đức Thánh Linh ngự trị trong lòng mỗi con cái của Ngài và giúp họ sống bởi đức tin, sống bởi quyền năng của Ngài, và huấn luyện họ, giúp họ tăng trưởng một cách trọn vẹn trong Chúa.

Đức Thánh Linh vừa giúp các tín hữu học biết về lời của Đức Chúa Trời, và thay đổi những tấm lòng chai đá, tấm lòng khô khan, để tâm linh của họ được tăng trưởng. Có lời của Đức Chúa Trời trong lòng sẽ giúp tín hữu sống một đời sống biết tiết độ, kiên nhẫn, nhu mì và có lòng yêu thương sâu sắc đối với mọi người. Dẫu có con cái Chúa nào có những quá khứ đau buồn, giận hờn, oán trách, nghi ngờ, hay xảo quyệt, nhưng giờ đây những việc cái xấu trong tấm lòng sẽ không còn thay vào đó là sự vui mừng vì chúng ta đã được tự do trong Đấng Christ. Nếu bạn từ một người hay kêu ngạo thì giờ đây bạn phải biết khiêm nhường và phục vụ người khác.

Nếu trong quá khứ bạn luôn là một người sống cho bản thân mình, vì lợi ích cá nhân, nhưng giờ đây bạn phải biết sống hy sinh bản thân mình cho người khác cho đến chết. Nếu có ai đối xử tàn ác với bạn thì bạn hãy đối xử ngược lại với họ bằng cách là yêu thương họ, làm điều đó để bạn thay đổi tấm lòng của họ trở nên người tốt.

Đừng để Thánh Linh trong bạn chết đi

Ngay cả khi bạn chấp nhận Đức Chúa Trời và là một tín đồ lâu năm, nhưng nếu bạn không sống với sự thật thì bạn cũng chỉ là một người không tin Chúa, Đức Thánh Linh ngự trong bạn sẽ than thở rất nhiều. Nếu chúng ta dễ dàng bị kích thích mà trong khi chẳng có lý do nào cả hoặc nếu chúng ta vượt qua sự phán xét và lên án các anh em chúng ta trong Đấng Christ và tỏ lộ sự vi phạm của mình, thì chúng ta sẽ không thể đứng lên trước mặt Chúa là Đấng đã chết vì tội lỗi của chúng ta.

Giả sử bạn đã có được một chức danh trong Hội Thánh như là chấp sự hay trưởng lão, nhưng bạn không có sống hòa bình với người khác hoặc luôn gây khó khăn cho người khác hoặc làm cho họ vấp ngã bởi sự công chính của mình. Thì sau đó, Đức Thánh

Linh ngự trong bạn sẽ rất đau lòng. Từ khi chúng ta tiếp nhận Đức Chúa Trời đồng nghĩa là chúng ta đã sanh lại lần nữa. Chúng ta phải từ bỏ con người cũ, từ bỏ những việc làm xấu xa, và những tội lỗi, thay vào đó hãy lớn lên trong đức tin hằng ngày.

Ngay cả sau khi chấp nhận Chúa, nếu bạn vẫn còn sống trong tội lỗi của thế giới và phạm những tội lỗi dẫn đến cái chết, Đức Thánh Linh trong bạn cuối cùng sẽ rời khỏi bạn, và tên của bạn sẽ bị xóa sổ khỏi cuốn sách của cuộc sống. Xuất Ê-díp tô 32: 33 "Đức Giê-hô-va phán cùng Môi-se rằng: Kẻ nào phạm tội cùng ta, ta sẽ xóa nó khỏi sách ta". Khải huyền 3:5 "Kẻ nào thắng, sẽ được mặc áo trắng như vậy. Ta sẽ không xóa tên người khỏi sách sự sống và sẽ nhận danh người trước mặt Cha ta, cùng trước mặt các thiên sứ Ngài".

Những câu này cho chúng ta biết, ngay cả khi chúng ta đã nhận được Đức Thánh Linh và tên của chúng ta đã được ghi trong sách sự sống, chúng cũng có thể bị xóa bỏ. Cũng vậy, trong 1 Tê-sa-lô-ni-ca 5:19 "Chớ dập tắt Thánh Linh».

Đức Thánh Linh ngự trong tấm lòng của mỗi tín hữu và dẫn họ vào con đường lẽ thật để họ không đánh mất sự cứu rỗi, Thánh Linh liên tục soi sáng con cái Chúa sống trong chân lý và hướng dẫn họ sống theo ý muốn của Ngài. Trong khi Đức Thánh Linh dạy dỗ chúng ta về tội lỗi và sự công chính thì Ngài còn cho chúng ta biết Đức Chúa Trời là Đấng sáng tạo, Chúa Giê-su Christ là Đấng cứu chuộc, có thiên đàng và đại ngục, và cũng có sự đoán phạt.

Đức Thánh Linh cầu thay cho chúng ta trước mặt Đức Chúa Cha, được chép trong sách Rô-ma 8:26 "Cũng một lẽ ấy, Đức Thánh Linh giúp cho sự yếu đuối chúng ta. Vì chúng ta chẳng biết sự mình phải xin đặng cầu nguyện cho xứng đáng; nhưng chính Đức Thánh Linh lấy sự thở than không thể nói ra được mà cầu khẩn thay cho chúng ta".

Đức Thánh Linh than thở khi con cái của Ngài phạm tội và giúp họ ăn năn quay trở lại với con đường chân lý. Đức Thánh Linh ban cho con cái của Ngài sức sống và đầy dẫy Đức Thánh Linh, ban cho họ những món quà khác nhau là để cho họ có thể vứt bỏ những tội lỗi và kinh nghiệm được những công việc của Đức Chúa Trời. Chúng ta là con cái của Đức Chúa Trời thì chúng ta phải làm việc của Đức Chúa Trời, phải làm việc theo hướng dẫn của Đức Thánh Linh.

Đức Chúa Trời là Chúa Cha Ngài trực tiếp tu luyện con người

Đức Chúa Trời là Cha, Ngài trực tiếp tu luyện con người theo kế hoạc tốt lành của Ngài. Ngài là Đấng sáng tạo, Đấng cầm quyền, và cũng là Đấng phán xét ngày cuối cùng. Đức Chúa Trời Con là Chúa Giê-su Christ mở con đường cho tội nhân được sự cứu rỗi. Cuối cùng, Đức Thánh Linh hướng dẫn những người được cứu sống trong lẽ thật và để đạt được sự cứu rỗi. Mặt khác, Đức Thánh Linh làm hoàn thành sự cứu rỗi đã được ban cho mỗi tín hữu. Mỗi công việc của Đức Chúa Trời Ba Ngôi như là một quyền năng hiệp nhất để đạt được những con cái thật cho Ngài.

Tuy nhiên, mỗi công việc của Đấng Ba Ngôi đều có thứ tự, vâng cả ba đều làm việc cùng nhau, làm việc giống nhau. Khi Chúa Giê-su xuống thế gian, Ngài hoàn toàn theo ý muốn của Cha mà không khẳng định ý muốn của Ngài. Đức Thánh Linh đã ở với Chúa Jêsus giúp Người với chức vụ của Ngài, từ khi Chúa Giê-su được thụ thai trong Nữ đồng trinh Maria. Khi Chúa Giê-su treo trên thập tự giá và chịu đau đớn, Đức Chúa Cha và Đức Thánh Linh cảm thấy vô cùng đau đớn, cả hai đều có cảm giác như nhau.

Cũng vậy, khi Đức Thánh Linh than thở cầu thay cho các linh hồn, thì Đức Chúa Trời là Đức Chúa Cha cũng than thở như vậy. Ba Ngôi Đức Chúa Trời đều cùng làm mọi điều cùng với một tấm lòng và những cảm xúc như nhau. Mặt khác, ba thân vị đã hoàn thành mọi thứ như là một.

Đức Chúa Trời Ba Ngôi đáp ứng sự cứu rỗi trọn vẹn

Ba thân vị chính là Đức Chúa Trời, là Đấng đã làm trọn sự tu luyện con người như Ba trong Một. Trong Giăng 5:8 "Đức Chúa Jêsus phán rằng: Hãy đứng dậy, vác giường ngươi và đi".

Nước ở đây là biểu tượng công việc của Đức Chúa Cha là Ngôi lời. Huyết là tượng trưng cho công việc của Đức Chúa Trời là Đấng đã chết trên cây thập tự. Đức Chúa Trời Ba Ngôi trong chức vụ như là Đức Thánh Linh, nước, và huyết cho những người đồng ý để làm chứng niềm tin cho con cái đã được cứu.

Vì vậy, chúng ta phải hiểu tận tường về những công việc của Đức Chúa Trời Ba Ngôi, chứ không phải chỉ một thân vị trong Đức Chúa Trời Ba Ngôi. Chỉ khi chúng ta tiếp nhận và tin cậy ba thân vị là Đức Chúa Trời Ba Ngôi, chúng ta sẽ được cứu bởi đức tin, và chúng ta có thể nói về Đức Chúa Trời.

Trong khi chúng ta cầu nguyện, chúng ta hãy cầu nguyện trong danh Chúa Giê-su Christ, nhưng Đức Chúa Cha là Đức Chúa Trời là Đấng đáp lời cầu nguyện cho chúng ta, và Đức Thánh Linh là Đấng giúp chúng ta nhận được câu trả lời. Chúa Giê-su phán trong Ma-thi-ơ 28:19 "Vậy, hãy đi dạy dỗ muôn dân, hãy nhân danh Đức Cha, Đức Con, và Đức Thánh Linh mà làm phép báp-têm cho họ". 2 Cô-rinh-tô 13:13 " Nguyền xin ơn của Đức Chúa Jêsus Christ, sự yêu thương của Đức Chúa Trời, và sự giao thông của Đức Thánh Linh ở với anh em hết thảy".

Đó là lý do tại sao chúng ta phải đến thờ phượng Chúa và ngày Chúa nhật, những ơn phước được ban cho con cái của Đức Chúa Trời để họ nhận được ân sủng của Đấng cứu chuộc trong Đức Chúa Giê-su Christ, yêu Đức Chúa Trời là Cha chúng ta, sự sống và đầy dẫy Đức Thánh Linh.

Chối bỏ Đức Chúa Trời Ba Ngôi và những công việc của Đức Thánh Linh

Có một số người hay một nhóm người không thừa nhận Đức Chúa Trời Ba Ngôi, đó là nhóm nhân chứng Giê-hô-va. Họ không công nhận biết về thần tánh của Chúa Giê-su Christ, và cũng không công nhận về Đức Thánh Linh là một thân vị, và do đó họ được xem như là tà giáo.

Kinh thánh nói rằng những người nào từ chối Đấng Christ là Chúa Giê-su, và mang lại sự tàn phá chính tôn giáo của họ (2 Phi-e-rơ 2:1). Họ cũng được xem như là một người Cơ Đốc giáo về vẻ mặt bề ngoài nhưng họ không làm theo ý của Đức Chúa Trời. Họ chẳng liên quan đến gì về sự cứu rỗi và chúng ta là người Cơ Đốc đừng để mình bị lừa dối về điều đó.

Khác với tà giáo đó, có một số Hội Thánh lại từ chối những công việc của Đức Thánh Linh cho dù họ vẫn thú nhận đức tin của họ về Đức Chúa Trời Ba Ngôi. Kinh Thánh minh họa nhiều về những món quà của Đức Thánh Linh ban cho chúng ta, như là nói tiếng lạ, nói tiên tri, chữa lành mọi tật bệnh, sự cứu rỗi và khải thị. Nhưng bên cạnh đó, vẫn có một số Hội Thánh tin Đức Chúa Trời, họ thú nhận rằng họ tin Đức Chúa Trời nhưng chính họ lại từ chối công việc của Đức Thánh Linh là một điều gì đó sai và họ cố phớt lờ đi, giấu về những công việc của Đức Thánh Linh.

Họ thường lên án các Hội Thánh bày tỏ những ân sủng của Đức Thánh Linh như là một tà giáo. Điều này chống lại trực tiếp ý muốn của Đức Chúa Trời. Họ đã phạm tội không thể tha thứ được khi họ phạm thượng, lăng mạ, và phản nghịch lại Đức Thánh Linh.

Khi họ phạm những tội lỗi này, họ không nhờ cậy Thánh Linh để ăn năn, và thậm chí họ cũng không hối cải.

Và nếu họ lăng mạ và vu không cho các tôi tớ của Đức Chúa Trời hoặc trong Hội Thánh có nhiều công việc của Đức Thánh Linh thì điều này cũng như là việc lên án Đức Chúa Trời Ba Ngôi và chống lại Ngài. Con cái thật của Đức Chúa Trời là những người đã được cứu rỗi và nhận được Đức Thánh Linh thì phải tránh xa ra những công việc của Đức Thánh Linh, nhưng hoàn toàn ngược lại, họ nên chờ đợi để được làm những công việc đó chứ đừng tự bản thân mình mà hành động. Đặc biệt, các mục sư không chỉ phải trải qua những công việc của Chúa Thánh Linh mà còn thực hiện những công việc của Chúa Thánh Lih để cho bầy của họ có thể sống dồi dào bằng những công việc họ làm. 1 Cô-rinh-tô 4:20 " Vì nước Đức Chúa Trời chẳng ở tại lời nói, mà ở tại năng lực".

Nếu các mục sư, thầy truyền đạo hay là những người chăn bầy mà chỉ dạy tín đồ của mình về những kiến thức và những thủ tục, điều này tựa như người mù dẫn người mù đi qua đường. Người chăn bầy phải dạy cho tín đồ của mình hiểu biết về lẽ thật và dạy họ sống trong lẽ thật, giúp họ kinh nghiệm được một Đức Chúa Trời hằng sống và những công việc của Đức Thánh Linh.

Ngày ôm nay được gọi là 'Thời đại của "Đức Thánh Linh". Dưới sự lãnh đạo dẫn đầu của Đức Thánh Linh thì chúng ta nhận được ơn phước dồi dào và ân sủng của Đức Chúa Trời Ba Ngôi là Đấng nuôi dưỡng con người. Giăng 14:16-17 "Ta lại sẽ nài xin Cha, Ngài sẽ ban cho các ngươi một Đấng Yên ủi khác, để ở với các ngươi đời đời, 17 tức là Thần lẽ thật, mà thế gian không thể nhận lãnh được, vì chẳng thấy và chẳng biết Ngài; nhưng các ngươi biết Ngài, vì Ngài vẫn ở với các ngươi và sẽ ở trong các ngươi".

Sau khi Đức Chúa Trời hoàn tất sự cứu chuộc con người, Ngài phục sinh, Ngài lên trời, chính Đức Thánh Linh đã làm thành công chức vụ của Đức Chúa Trời qua kế hoạc tu luyện con người. Đức Thánh Linh ngự trị trong mỗi tấm lòng của những ai tin nhận Chúa Giê-su, ngự trị mỗi tấm lòng của con cái Chúa là những người đã tin vào chân lý.

Hơn thế nữa, ngày hôm nay thế giới chúng ta đang sống trong tội lỗi và bóng tối của sự chết, tội lỗi bao trùm thế giới chúng ta. Đức Chúa Trời đã bày tỏ chính Ngài cho những ai tìm kiếm Ngài hết lòng, và Ngài ban cho ngọn lửa Thánh Linh cho người đó. Tôi hy vọng rằng bạn sẽ trở nên con cái thật của Ngài trong công việc của Đức Chúa Cha, Đức Chúa Con, và Đức Chúa Thánh Linh, mục đích là để bạn sẽ nhận được mọi điều mà bạn cầu xin và tìm kiếm trong sự cứu rỗi.

# Chương 4 — Công Lý

> "Chúng ta có thể giải quyết mọi vấn đề và Nan đề và mang lại những phước lành, những lời nhận được câu trả lời từ sự cầu nguyện khi chúng ta hành động theo ý của Chúa"

Công lý của Đức Chúa Trời

Sự công lý của Đức Chúa Trời không hề qua đi

Hành động bởi nguyên tắc của Đức Chúa Trời

Hai mặt của công lý

Sự đo lường của công lý

Đức tin và sự vâng lời. Nguyên tắc cơ bản của công lý

"Ngài sẽ khiến công bình ngươi lộ ra như ánh sáng, Và tỏ ra lý đoán ngươi như chánh ngọ."

(Thi thiên 37:6)

Chúng ta có nhiều vấn đề mà chúng ra không thể giải quyết bằng cách hay phương pháp của con người. Nhưng những vấn đề đó không thể nhưng Chúa có thể. Ví dụ, về một số vấn đề toán học mà học sinh tiểu học thấy rất khó giải quyết, chúng không là gì cho sinh viên đại học. Cũng vậy, vì Đức Chúa Trời không có gì là không thể, vì Ngài là chủ của mọi thiên đàng.

Để trải nghiệm được sức mạnh của Thiên Chúa toàn năng, chúng ta phải biết cách nhận được những câu trả lời từ Đức Chúa Trời và thực hành. Chúng ta có thể giải quyết bất cứ vấn đề nào và đưa ra các câu trả lời cũng như phước lành khi chúng ta hiểu chính xác công lý của Đức Chúa Trời và hành động theo nó

Công lý

Công lý đề cập đến các quy tắc mà Đức Chúa Trời đã thiết lập và các quy tắc đó được thực hiện chính xác. Đơn giản chỉ cần đặt, nó giống như nguyên tắc "nguyên nhân và hiệu quả". Có những quy tắc tạo ra những nguyên nhân nhất định mang lại những kết quả nhất định.

Ngay cả những người không tin nói rằng chúng ta gặt hái những gì chúng ta gieo. Một câu nói của Hàn Quốc nói: "Bạn gặt lấy hạt cà phê, nơi bạn gieo hạt đậu, và bạn gặt đậu đỏ, nơi bạn gieo đậu đỏ." Vì có những quy tắc như thế, nhưng trong chân lý của Thiên Chúa thì nghiêm khắc hơn nhiều.

Kinh Thánh chép; Ma-thi-ơ 7:7 "Hãy xin, sẽ được; hãy tìm, sẽ gặp; hãy gõ cửa, sẽ mở cho". Ga-la-ti 6:7 "Chớ hề dối mình; Đức Chúa Trời không chịu khinh dể đâu; vì ai gieo giống chi, lại gặt giống ấy". 2 Cô-rinh-tô 9:6-7 "Hãy biết rõ điều đó, hễ ai gieo ít thì gặt ít, ai gieo nhiều thì gặt nhiều. 7 Mỗi người nên tùy theo lòng mình đã định mà quyên ra, không phải phàn nàn hay là vì ép uổng;

vì Đức Chúa Trời yêu kẻ dâng của cách vui lòng". Ngoài ra cũng có những quy tắc về tội lỗi, trong Rô-ma 6:23 "Vì tiền công của tội lỗi là sự chết; nhưng sự ban cho của Đức Chúa Trời là sự sống đời đời trong Đức Chúa Jêsus Christ, Chúa chúng ta." Châm ngôn 16:18 "Sự kiêu ngạo đi trước, sự bại hoại theo sau, Và tánh tự cao đi trước sự sa ngã " Gia-cơ 1:5 "Ví bằng trong anh em có kẻ kém khôn ngoan, hãy cầu xin Đức Chúa Trời, là Đấng ban cho mọi người cách rộng rãi,không trách móc ai, thì kẻ ấy sẽ được ban cho".

Hơn những luật lệ đó, có những luật lệ ngay cả những người không tin Chúa cũng không thể hiểu được. Ví dụ, trong Ma-thi-ơ 23:11 "Song ai lớn hơn hết trong các ngươi, thì sẽ làm đầy tớ các ngươi". Công vụ 20:35 "Tôi từng bày bảo luôn cho anh em rằng phải chịu khó làm việc như vậy, để giúp đỡ người yếu đuối, và nhớ lại lời chính Đức Chúa Jêsus có phán rằng: Ban cho thì có phước hơn là nhận lãnh".

Nhưng dù thời gian có qua đi, lời của Đức Chúa Trời không hề sai và không hề qua đi hay thay đổi. Lời của sự sống, lời của chân lý sẽ thay đổi thời gian và không gian, những lời được viết trong Kinh Thánh, cụ thể là những nguyên tắc của công lý được thực trọn vẹn như đã được viết ra.

Vì vậy, nếu chúng ta có thể hiểu công lý của Đức Chúa Trời một cách chính xác, chúng ta có thể tìm thấy những nguyên nhân trong mọi vấn đề và có cách giải quyết vấn đề đó nữa. Tương tự như vậy, chúng ta cũng nhận được sự đáp lời từ Chúa nếu chung ta khao khát điều đó thật sự từ tận sâu thẳm trong tấm lòng của chúng ta. Kinh Thánh giải thích những lý do tại sao mà chúng ta mắc những căn bệnh, tại sao chúng ta phải chịu đựng, chịu khổ về vấn đề tàu chánh, tại sao gia đình chúng ta lại bất an, và tại sao chúng ta lại đánh mất đi ân sủng của Đức Chúa Trời và sa sút.

Nhưng nếu chúng ta hiểu được những luật lệ, những nguyên tắc của công lý được viết trong Kinh Thánh, chúng ta có thể nhận được những ơn phước dồi dào, và nhận được sự đáp lời khi chúng ta cầu nguyện. Đức Chúa Trời là Đấng thành tín trong tất các nguyên tắc của Ngài và chính Ngài là Đấng lập nên những nguyên tắc đó, luật lệ đó, và vì thế. Nếu chúng ta theo những luật lệ đó, mọi vấn đề trong cuộc sống của chúng ta sẽ không còn, phước hạnh sẽ tuôn tràn đến với chúng ta.

Công lý của Đức Chúa Trời không hề qua đi

Đức Chúa Trời là Đấng sáng tạo và chủ của mọi vạn vật trên thế gian này, vâng, thật vậy, Ngài không bao giờ vi phạm quy tắc của công lý. Ngài không bao giờ nói rằng "Ta tạo nên luật lệ, nhưng Ta không hề giữ lấy". Ngài là Đấng làm việc, xét xử mọi thứ công bình, chính xác theo công lý của Ngài, chưa hề có sự sai lầm nào.

Không có một con đường nào chính xác hay một nguyên tắc luật lệ nào của công lý có thể cứu con người được, chỉ có làm theo quy tắc của công lý Con của Đức Chúa Trời là Chúa Giê-su, Ngài xuống thế gian nhuốc nhơ và chết trên cây thập tự.

Có một vài người có thể nói rằng: Tại sao Đức Chúa Trời không phá hủy mọi điều xấu và cứu con người?. Chúng ta nên biết rằng; Ngài không bao giờ làm điều đó. Ngài thiết lập những luật lệ của công lý để Ngài có một kế hoạch tu luyện, hoặc cải tạo con người như Ngài đã định ban đầu. Đó là lý do tại sao Ngài đã hy sinh con một của Ngài để mở một con đường cứu rỗi cho nhân loại.

Vì thế, chúng ta không thể tự cứu mình và đi đến thiên đàng chỉ bằng cách ăn năn tội. "Tôi tin" với chỉ lời nói qua môi miếng và đi nhóm thường phượng vào ngày Chúa nhật. Chúng ta phải nằm trong giới hạn của sự cứu rỗi do Đức Chúa Trời thiết lập.

Để chúng ta được cứu chúng ta phải tin nơi Chúa Giê-su Christ là Đấng cứu chuộc chúng ta và vâng lời Lời của Ngài bằng cách sống theo những luật lệ của chân lý Ngài. Khác với vấn đề cứu rỗi này, có nhiều phần của Kinh thánh giải thích cho chúng ta sự công lý của Đức Chúa Trời là Đấng làm trọn mọi thứ theo luật lệ của thuộc linh. Nếu chúng ta hiểu được công lý này, chẳng khó khăn gì để chúng ta từ bỏ tội lỗi, tránh xa tội lỗi. Nhờ đó chúng ta sẽ nhận được những ơn phước Chúa ban, hơn thế nữa, chúng ta nhận được sự đáp lời cầu nguyện của chúng ta với Chúa.

Ví dụ, bạn phải làm điều gì nếu bạn muốn nhận được mọi điều mà bạn ước ao từ trong tấm lòng của bạn? Thi thiên thứ 37:4 "Cũng hãy khoái lạc nơi Đức Giê-hô-va, Thì Ngài sẽ ban cho ngươi điều lòng mình ao ước". Trong Hê-bê-rơ 16: 6a. Chúng ta chỉ làm hài lòng Đức Chúa Trời khi chúng ta tin vào Lời của Đức Chúa Trời, từ bỏ tội lỗi trở nên một người thánh sạch. Cũng vậy, chúng ta có thể làm vừa lòng Đức Chúa Trời với những nỗ lực và sự cống hiến của chúng ta như Vua Solomon, người đã dâng lên cho Đức Chúa Trời 1000 sinh tế. Chúng ta cũng có làm các công việc tự nguyện cho vương quốc của Đức Chúa Trời và có thể có nhiều cách khác nữa.

Vì thế, chúng ta nên hiểu khi chúng ta đọc Kinh Thánh và lắng nghe các bài giảng, và đó cũng là một cách trong nhiều cách giúp chúng ta học biết về nguyên tắc của công lý. Nếu chúng ta vâng theo và làm theo các nguyên tắc và làm hài lòng Đức Chúa Trời, Ngài sẽ ban cho chúng ta những gì lòng ta ước ao.

Hành động theo nguyên tắc công lý của Đức Chúa Trời

Từ khi tôi tiếp nhận Đức Chúa Trời và đã nhận ra công lý của Ngài, công lý của Ngài thật tuyệt vời, là phương cách dẫn đưa đời sống tôi tăng trưởng trong đức tin. Tôi chấp nhận đi theo nguyên tắc của công lý Chúa, tôi đã nhận được tình yêu của Chúa và Đức Chúa Trời đã ban phước về tài chánh cho tôi một cách dư dật.

Cũng vậy, Đức Chúa Trời phán Ngài sẽ bảo vệ chúng ta khỏi sự tấn công của bệnh tật và thiên tai, thảm họa nếu chúng ta sống trong lời của Ngài. Cũng như các thành viên trong gia đình tôi và tôi là những người sống bằng đức tin, tất cả các thành viên trong gia đình tôi, mỗi thành viên đều có sức khỏe tốt, chẳng đi đến bệnh viện lần nào hoặc dùng thuốc tây lần nào từ khi tôi tin nhận Chúa Giê-su.

Bởi vì, tôi đã tin công lý của Đức Chúa Trời cho phép chúng ta gặt hái những gì chúng ta gieo trồng, tôi vui mừng dâng hiến cho Đức Chúa Trời dẫu ở trong hoàn cảnh nghèo thiếu. Một vài người nói rằng; tôi rất nghèo, tôi chẳng có gì để dâng lên cho Chúa, nhưng tôi đã trưng dẫn Kinh Thánh cho họ trong 2 Cô-rinh-tô 9:7 "7 Mỗi người nên tùy theo lòng mình đã định mà quyên ra, không phải phàn nàn hay là vì ép uổng; vì Đức Chúa Trời yêu kẻ dâng của cách vui lòng".

Tôi luôn luôn cảm tạ Chúa và vui mừng mãi mãi trong mọi hoàn cảnh, dẫu tôi không có gì tôi vẫn luôn vui mừng, thế rồi ngay lập tức Đức Chúa Trời lại ban phước cho tôi đầy đủ. Có đôi lúc Đức Chúa Trời đem đến sự thử thách cho tôi, Ngài dìm tôi xuống, tận trong trũng bóng chết chục lần, 60 lần, thậm chí 100 lần, hoặc hơn thế nữa, nhưng lòng tôi vẫn đặt đức tin ở nơi Ngài, đức tin tôi hằng nương náu nơi Chúa, trong hoàn cảnh đó, lòng tôi lại vui mừng càng thêm, vì tôi đã biết Chúa yêu tôi dường nào.

Khi tôi đặt để đức tin tôi nơi Chúa thì Ngài cho tôi không còn phải sống trong hoàn cảnh nợn nần, mọi bệnh tật của tôi cũng được chữa lành, và cho đến bây giờ tôi vẫn khỏe mạnh, được phước, chẳng thiếu thốn bất cứ điều gì.

Bênh cạnh đó, bởi vì tôi cũng biết về luật pháp của công lý rằng; Đức Chúa Trời sẵn sàng ban quyền năng cho những người nào sống trong sự tự do và thánh sạch, tôi luôn giữ mình khỏi sự phạm tội, khỏi điều xấu bằng cách kiêng ăn và cầu nguyện, tôi đã nhận được năng của Đức Chúa Trời khi tôi cầu nguyện.

Ngày hôm nay phép lạ, quyền năng của Đức Chúa Trời vẫn xảy ra cho tôi bởi vì tôi đã nhận được tình yêu và công lý của Đức Chúa Trời đã thử thách tôi trong những hoàn cảnh khó khăn, đau khổ.

Đức Chúa Trời khôn chỉ ban cho tôi sức mạnh, năng quyền của Ngài vô điều kiện mà còn cho tôi làm theo những nguyên tắc của công lý Ngài một cách chính xác. Đó là lý do tại sao ma quỷ và sa tan không bách hại tôi được.

Hơn cả những điều này. Tôi đã tin và thực hành Lời của Kinh Thánh, tôi cũng đã kinh nghiệm những công việc của phép lạ, những phước lành đã được viết trong Kinh Thánh một cách trọn vẹn. Hễ ai hiểu được những nguyên tắc của công lý mà Đức Chúa Trời đã ban cho con người là Kinh Thánh, vâng lời và làm theo mọi điều đó, anh ấy/cô ấy sẽ nhận được những phước lành mà Đức Chúa Trời hứa ban cho họ.

Hai phương diện của công lý

Thông thường nhiều người hay nghĩ rằng có điều gì trong công lý làm cho họ sợ hãi với một số triệu chứng là sự trừng phạt. Tất nhiên, nếu cứ sống trong tội lỗi và làm điều ác thì sẽ bị trừng phạt, nhưng công lý của Đức Chúa Trời là chìa khóa mang đến sự phước hạnh cho chúng ta.

Công lý giống như hai mặt của đồng tiền xu. Vì hễ những ai sống trong bóng tối thì sẽ có cảm giác sợ hãi, nhưng hễ ai sống trong sự sáng thì luôn cảm thấy tự tin và tốt lành. Ví dụ, nếu một tên cướp cầm dao nhà bếp, nó có thể là một vũ khí giết người nhưng nếu cái dao nhà bếp đó được giữ bởi một bà mẹ, nó là một công cụ để chuẩn bị thức ăn và giúp cô nấu những bữa ăn ngon cho gia đình.

Do đó, tùy theo cá nhân mà công lý của Đức Chúa Trời được ban cho từng cá nhân, nó có thể rất đáng sợ hoặc có thể là điều vui mừng. Nếu chúng hiểu được hai phương diện của công lý, chúng ta có thể hiểu được rằng công lý chính là tình yêu trọn lành, và công lý mà không có tình yêu cũng không thể là công lý thực sự.

Ví dụ, nếu con cái của bạn không vâng lời hoặc làm sai điều gì, bạn sẽ trừng phạt họ như thế nào?. Hoặc, nếu bạn chỉ để con cái của bạn không bị trừng phạt khi phạm sai lầm nhiều lần ?. Trong cả hai trường hợp, cuối cùng chính bạn là người gây ra cho người con của mình lầm đường lạc lối.

Theo công lý, đôi khi bạn cần phải trừng phạt con cái của bạn khi họ làm sai điều gì nhưng bạn không thể chỉ ra cho chúng thấy "công lý" trong mọi hoàn cảnh. Cũng có lúc bạn cũng phải cho họ có cơ hội để ăn năn, cơ hội thay đổi, khi họ chịu thay đổi thì bạn sẽ tha thứ và yêu thương họ với một tấm lòng đầy tình yêu thương nhu mì. Nhưng bạn hãy nhớ rằng không phải lúc nào bạn cũng chỉ biết yêu thương, nhu mì đối với họ. Bạn cần hướng dẫn con cái của bạn đến với con đường ngay thẳng có thể trừng phạt họ nếu cần thiết.

Đức Chúa Trời phán với chúng về sự tha thứ trong Ma-thi-ơ 18:22 "Ngài đáp rằng: Ta không nói cùng ngươi rằng đến bảy lần đâu, nhưng đến bảy mươi lần bảy". Tương tự như vậy, tuy nhiên, Đức Chúa Trời phán yêu thương thật có đôi khi cũng cần có sự trừng phạt. Hê-bê-rơ 12:6 "Ngài đáp rằng: Ta không nói cùng ngươi rằng đến bảy lần đâu, nhưng đến bảy mươi lần bảy". Nếu chúng ta hiểu được giữa công lý và tình yêu, chúng ta cũng sẽ hiểu rằng công lý được hoàn hảo trong tình yêu, và khi chúng ta tiếp tục suy ngẫm về công lý, chúng ta sẽ hiểu rằng trong tình chân thật là có công lý ở đó.

Sự đo lường của công lý

Công lý cũng có sự đo lường khác nhau ở mỗi thiên đàng khác nhau. Cũng vậy, nếu chúng ta lớn lên ở trong thiên đàng thứ nhất, từ thiên đàng thứ nhất đến thiên đàng thứ hai, thứ ba, và thiên đàng thứ tư, Chiều hướng của công lý cũng ngày càng rộng mở và sâu sắc hơn. Ở các tầng trời khác nhau giữ các mệnh lệnh của họ theo công lý của mỗi thiên đàng.

Lý do tại sao lại có sự khác biệt trong sự đo lường công lý trong mỗi thiên đàng là bởi vì sự đo lường tình yêu của môi thiên đàng là khác nhau. Tình yêu thương và công lý là không hề tách rời nhau. Tình yêu càng sâu sắc đến đâu thì sự sâu sắc của công lý cũng vậy.

Nếu chúng ta đọc Kinh Thánh, chúng ta sẽ thấy được sự khác nhau về công lý ở trong Cựu ước và Tân ước. Ví dụ, Kinh Thánh Cựu ước viết " Mắt đến mắt" đây gọi là nguyên tắc trả đũa, nhưng còn trong Tân ước nói rằng; " Hãy yêu kẻ thù". Nguyên tắc trả đũa đã được đổi thành nguyên tắc của sự tha thứ và tình yêu. Sau đó, có phải điều đó có nghĩa là ý muốn của Đức Chúa Trời đã thay đổi? Không, đó không phải là trường hợp. Đức Chúa Trời là thần trí và không thay đổi, Ngài vĩnh hằng, vì vậy tấm lòng và ý muốn của Đức Chúa Trời chứa đựng trong cả Cựu Ước và Tân Ước đều giống nhau. Đó chỉ là tùy thuộc vào mức độ mà mọi người đã thực hiện tình yêu của mình như thế nào, cùng một công lý sẽ được áp dụng theo các cách khác nhau. Cho đến khi Chúa Giê-su đến thế gian này và làm trọn luật pháp với tình yêu, mức độ yêu thương mà mọi người có thể hiểu là rất thấp.

Nếu họ được nói đến tình yêu thậm chí yêu kẻ thù của mình, đó là ở một mức độ rất cao của công lý, họ sẽ không có thể kiểm soát được điều đó. Vì lý do này, công lý ở trong cựu ước ở mức độ thấp hơn, cái gọi là "mắt đến mắt, răng đến răng" Đã được áp dụng để thiết lập trật tự. Tuy nhiên, sau khi Chúa Giê-su làm trọn luật pháp bằng tình yêu thương của Ngài là xuống thế gian và Ngài ban sự sống của Ngài cho những tội nhân. Mức độ công lý mà Đức Chúa Trời đòi hỏi đối với con người chúng ta đã được nâng lên.

Từ những ví dụ của Chúa Giê-su, chúng ta đã nhìn thấy mức độ tình yêu từ dưới lên mức yêu thương ngay cả kẻ thù của chúng ta. Như vậy nguyên tắc trả đũa nói rằng "mắt đến mắt, răng đến răng" không được áp dụng nữa. Bây giờ, Đức Chúa Trời đòi hỏi chúng ta biết về sự đo lường công lý trong đó áp dụng các quy tắc của sự tha thứ và thương xót. Tất nhiên, Đức Chúa Trời mong muốn, kể cả trong Cựu ước, sự tha thứ và thương xót, nhưng những người ở thời điểm đó thực sự không thể hiểu nó.

Như đã giải thích, chỉ có sự khác biệt về sự đo lường tình yêu và công lý trong Cựu ước và Tân ước, sự đo lường của công lý còn phụ thuộc vào sự đo lường của tình ở mỗi thiên đàng.

Ví dụ, đám đông nhìn thấy người đàn bà đã bị bắt trong phạm tội ngoại tình, những người hành động theo công lý cấp dưới của thiên đàng, đầu tiên họ nói rằng; họ phải ném đá cô ta ngay. Nhưng Chúa Giê-su là Đấng có công lý của thiên đàng thứ tư, Ngài phán với cô ta rằng; "Người thưa rằng: Lạy Chúa, không ai hết. Đức Chúa Jêsus phán rằng: Ta cũng không định tội ngươi; hãy đi, đừng phạm tội nữa" (Giăng 8:11).

Vì vậy, công lý ở trong tấm lòng của chúng ta, mỗi người chúng ta cảm thấy sự đo lường về công lý ở mức độ khác nhau tùy theo tình yêu thương mà bản thân mình thể hiện theo sự hướng dẫn của

Đức Thánh Linh. Thỉnh thoảng, những người có mà có công lý ở mức độ bình thường thì không thể hiểu những người có sự công lý cao hơn.

Bởi vì con người xác thịt không thể hiểu được công việc của Đức Chúa Trời, những gì Đức Chúa Trời làm. Chỉ có những ai đặt để tấm lòng mình bằng tình yêu và tâm trí của Thánh Linh thì mới hiểu được công lý của Đức Chúa Trời và áp dụng nó.

Chúa Giê-su sở hữu công lý ở thiên đàng thứ tư, nhưng Ngài không bao giờ bỏ qua công lý của thế gian. Mặt khác, Ngài đã chỉ ra công lý của thiên đàng thứ ba hoặc cao hơn đối với thế gian này trong ranh giới của các quy tắc của công lý thế gian.

Tương tự như vậy, chúng ta không thể vi phạm công lý được áp dụng ở thiên đàng đầu tiên khi chúng ta đang sống ở thiên đàng đầu tiên này. Tất nhiên, Khi chiều sâu của tình yêu của chúng ta tăng lên, chiều rộng và chiều sâu của công lý cũng tăng lên, nhưng mức độ cơ bản là như nhau. Vì thế, chúng ta phải hiểu nguyên tắc của công lý một cách tận tường.

Đức tin và sự vâng lời, điều cơ bản trong nguyên tắc của công lý

Vậy, khái niệm cơ bản và các quy tắc của công lý là gì chúng ta phải hiểu và làm theo để nhận được câu trả lời cho những lời cầu nguyện của chúng ta?. Có nhiều điều, bao gồm; sự nhân từ, khiêm nhường. Nhưng, có hai nguyên tắc cơ bản nhất là đức tin và sự vâng lời. Đây là nguyên tắc của công lý mà chúng ta nhận được câu trả lời khi chúng ta vâng lời Lời của Đức Chúa Trời.

Trên hết mọi điều, lý do tại sao thầy đội nhận được câu trả lời bởi vì ông ta có đức tin. Cho đến khi ông ta quyết định đến trước Chúa Giê-su, chắc hẳn rằng ông ta đã được nghe nhiều về Ngài từ đoàn dân đi theo Ngài. Ông ta chắc rằng đã được nghe về người mù được Chúa Giê-su chữa lành, người mù được nhìn thấy, không những vậy có nhiều người mang trong mình những căn bệnh đều đã được Chúa Giê-su chữa lành.

Nghe những tin tức như vậy, thầy đội tin Chúa Giê-su và bày tỏ đức tin của mình với Chúa, và ông ta khát khao một điều là Chúa chữa lành cho đầy tớ của ông mà không cần đến nhà chỉ cần lời phán của Chúa Giê-su thì người đầy tớ của công có thể chữa lành. Ma-thi-ơ 8: 8 "Thầy đội thưa rằng: Lạy Chúa, tôi chẳng đáng rước Chúa vào nhà; xin Chúa chỉ phán một lời, thì đầy tớ tôi sẽ được lành".

Để chúng ta có được đức tin như vậy, trước tiên chúng ta phải ăn năn vì không vâng lời Lời của Đức Chúa Trời. Nếu chúng ta thất vọng về Đức Chúa Trời trong bất kỳ vấn đề nào, nếu chúng ta không giữ lời hứa trước mặt Đức Chúa Trời, nếu chúng ta không giữ ngày của Chúa nhật là ngày Thánh hoặc nếu chúng ta không thực hiện điều mà Chúa phán không đúng đúng thì chúng ta phải ăn năn tất cả về điều đó.

Ngoài ra, chúng ta phải ăn năn vì chúng ta đã yêu thế gian, không có sự bình an với người khác, che đậy tội lỗi và làm những việc ác, như nóng giận, kích thích, thất vọng, khó chịu, ghen tị, ghen tuông, mê ăn uống và giả dối. Khi chúng ta đánh đổ mọi bức tường tội lỗi và nhận được quyền năng của Đức Chúa Trời qua lời cầu nguyện. Chúng ta có thể được ban đức tin để nhận được câu trả lời, và chúng ta có thể nhận được câu trả lời như chúng ta đã tin, phù hợp với các quy tắc của công lý.

Ngoài những điều này, có nhiều điều khác chúng ta phải vâng lời và làm theo để chúng ta nhận được sự đáp lời, như là chúng ta tham gia sự thờ phượng, không ngừng ban cho, và dâng hiến cho Đức Chúa Trời. Chúng ta phải nhận biết một điều rằng, những gì chúng ta làm chẳng là gì cả, chúng ta chỉ có thể vâng lời và vâng lời Ngài.

Cũng vậy, chúng ta cũng phải từ bỏ sự kiêu ngạo trong đời sống của chúng ta, sự kiêu căng, tôn cao bản thân mình, tham lam, và tất cả những ý nghĩ xấu xa, và yêu thích thế gian. Khi nào chúng ta trở nên một khiêm nhường hoàn toàn và xóa sạch mọi tội lỗi, chúng ta có thể nhận được câu trả lời theo luật lệ công lý của Chúa, được chép trong Lu-ca 17:33 "Ai kiếm cách cứu sự sống mình, thì sẽ mất; ai mất sự sống mình, thì sẽ được lại".

Để hiểu được công lý của Đức Chúa Trời và vâng lời Ngài, điều này có nghĩa là chúng ta nhận biết Đức Chúa Trời, bởi vì khi chúng ta biết Đức Chúa Trời, chúng ta mới có thể làm theo những công lý của Chúa đã thiết lập cho chúng ta. Bởi đức tin thì chúng ta mới có sự vâng lời Chúa trọn vẹn.

Nếu bạn nhận ra bất kỳ tội lỗi nào bởi lời Chúa cáo trách bạn, bạn phải ăn năn và quay trở lại con đường của Chúa. Tôi ước ao rằng bạn sẽ tin cậy Chúa một cách tuyệt đối và nương cậy vào Ngài. Khi bạn làm như vậy, tôi mong ước bạn sẽ nhận ra nguyên tắc của công lý mà Chúa ban cho bạn là một điều tuyệt vời, và bạn hãy sống với công lý của Chúa, hầu qua đó, bạn sẽ nhận được sự đáp lời và những phước lành của Đức Chúa Trời ban cho bạn, hạt giống tốt từ bạn sẽ ảnh hưởng đến mọi người.

Công Chúa Jane Mpologoma, Luân Đôn. Vương Quốc Anh

Từ nữa vòng trái đất

Tôi sống ở Birmingham. Đó là một nơi rất đẹp. Tôi là con gái của vị tổng thống đầu tiên của vương quốc Buganda, và tôi đã kết hôn với một người đàn ông dịu dàng và tử tế tại Vương quốc Anh và tôi có ba cô con gái.

Nhiều người muốn sống cuộc sống sung túc này, nhưng tôi không vui lắm. Tôi luôn có một khát vọng trong tâm hồn mình mà không thể hoàn thành với bất cứ điều gì. Trong một thời gian dài, tôi bị rối loạn tiêu hóa mạn tính khiến tôi đau đớn. Tôi không thể ăn hoặc ngủ ngon.

Tôi cũng đã bị dày vò bởi nhiều loại bệnh bao gồm; huyết áp cao, lượng mỡ nhiều trong tim, rối loạn nhịp tim, và huyết áp thấp. Các bác sĩ cảnh báo tôi có thể bị đau tim hoặc đột quy

Nhưng vào tháng 8 năm 2005, tôi đã có một bước ngoặt thay đổi trong cuộc đời tôi. Bởi một số cơ hội, tôi đã gặp một số mục sư tại HộiThánh Trung tâm Manmin những người đã được đến thăm Luân-đôn. Tôi nhận được những quyển sách và các bài giảng từ ông ta, và những bài giảng đó đã chạm đến sâu tận tấm lòng của tôi.

Chúng dựa trên Kinh thánh, nhưng tôi không thể nghe thấy những thông điệp sâu xa và đầy cảm hứng ở bất cứ đâu khác. Linh hồn khát khao của tôi đã được thỏa mãn, và đôi mắt tâm linh của tôi đã được mở ra để hiểu Lời Chúa.

Cuối cùng tôi đã viếng thăm Hàn Quốc. Ngay khi tôi bước vào Nhà thờ Trung ương Manmin, toàn bộ cơ thể tôi đã được bao bọc bởi sự bình an. Tôi nhận được lời cầu nguyện từ Mục sư Jaerock Lee. Chỉ sau khi tôi trở lại Anh, tôi mới nhận ra tình yêu của Thiên Chúa. Kết quả nội soi được thực hiện vào ngày 21 tháng 10 là bình thường. Mức cholesterol bình thường, và huyết áp cũng bình thường. Đó là sức mạnh của lời cầu nguyện!

Kinh nghiệm này cho phép tôi có đức tin lớn hơn. Tôi có điều kiện về tim, và tôi đã viết cho mục sư Jaerock Lee để cầu nguyện cho tôi. Ông đã cầu nguyện cho tôi trong một buổi lễ thứ sáu vào thứ sáu ở tại Hội Thánh Trung tâm Manmin vào ngày 11 tháng 11. Tôi nhận được lời cầu nguyện của ông trên Internet từ nửa chừng trên toàn cầu.

Ông cầu nguyện, "Tôi nhân danh Chúa Giê-su Christ, bệnh tim của tôi đã được chữa lành. Đức Chúa Trời đã làm cho tôi khỏe mạnh lại. Tôi cảm thấy Đức Thánh Linh làm việc mạnh mẽ trong tôi ngay khi tôi nhận được lời cầu nguyện. Tôi sẽ rơi xuống bởi sức mạnh của Thánh Linh, chồng tôi không giữ tôi. Tôi đã có cảm giác sau 30 giây.

Tôi chụp quang tuyến vào ngày 16 tháng 11. Bác sĩ của tôi đề nghị điều đó vì tôi gặp rắc rối trong một trong những động mạch trong tim. Nó đã được thực hiện với một máy ảnh nhỏ cố định trên một ống nhỏ. Và kết quả thật tuyệt vời. Bác sĩ nói, "Tôi đã không bao giờ nhìn thấy một trái tim khỏe mạnh trong phòng này trong vài năm.

Hạnh phúc chạy khắp cơ thể tôi, bởi vì tôi cảm thấy bàn tay của Đức Chúa Trời, khi tôi nghe những lời của bác sĩ bảo bệnh của tôi đã khỏi hoàn toàn. Kể từ đó tôi quyết định sống một cuộc sống khác. Tôi muốn tiếp cận với thanh thiếu niên, đối tượng bị bỏ rơi, và bất cứ ai cần Phúc âm. Và Đức Chúa trời đã làm cho giấc mơ của tôi trở thành hiện thực. Tôi và chồng tôi đã bắt đầu đi thờ phượng Chúa tại Hội Thánh Manmin ở London, và làm truyền giáo, chúng tôi đang rao giảng về Đức Chúa Trời hằng sống.

Trích từ những điều phi thường Chồng của cô ta là Đa-vít

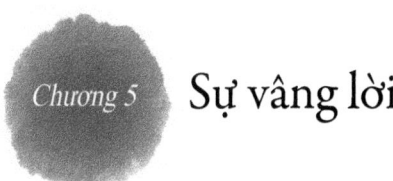
Chương 5   Sự vâng lời

> Vâng lời Lời của Đức Chúa Trời "Vâng" và Đồng ý" là lối rút gọn để kinh nghiệm những công việc của Đức Chúa Trời".

Chúa Giê-su vâng lời trọn vẹn

Chúa Giê-su vâng lời công lý của thiên đàng thứ nhất

Những người kinh nghiệm những công việc của Đức Chúa Trời bởi sự vâng lời

Vâng lời là bằng cớ của đức tin

Trung tâm Hội Thánh Man-min là Hội Thánh dẫn trong trong sự vâng lời đi truyền giáo

"Ngài đã hiện ra như một người, tự hạ mình xuống, vâng phục cho đến chết, thậm chí chết trên cây thập tự"

———————————

(Phi-líp 2:8)

Kinh Thánh đã chứng minh những điều mà con người không thể làm được nhưng không có gì là không thể đối với Đức Chúa Trời chí cao. Đức Chúa Trời đã làm những phép lạ, dấu lạ để cho con người biế Ngài là Đức Chúa Trời, và Ngài cũng làm ngừng mặt trăng, mặt trời, rẽ biển đỏ để cho con người có thể đi trên biển như đi trên đất khô vậy. Chúng ta có thể nhận biết rằng mọi điều trên là những công việc xảy ra tại thiên đàng thứ nhất, còn với thiên đàng thứ ba, thứ tư chẳng có gì là không thể.

Để chúng ta có thể kinh nghiệm được những công việc của Đức Chúa Trời, chúng ta phải đáp ứng những điều kiện. Có nhiều điều kiện đòi hỏi chúng ta phải đáp ứng trong những điều kiện của Chúa, trong đó điều kiện vâng lời là rất quan trọng. Vâng lời có nghĩa là chúng ta vâng lời Lời của Đức Chúa Trời và chấp nhận Chúa là Đức Chúa Trời chí cao với một thái độ không giả dối bằng cách nói " vâng" và "cùng một ý" điều này cho chúng ta kinh nghiệm Chúa trong một hoàn cảnh nhất định.

1 Sa-mu-ên 15: 22 "Sa-mu-ên nói: Đức Giê-hô-va há đẹp lòng của lễ thiêu và của lễ thù ân bằng sự vâng theo lời phán của Ngài ư? Và, sự vâng lời tốt hơn của tế lễ; sự nghe theo tốt hơn mỡ chiên đực".

Chúa Giê-su vâng lời tuyệt đối

Đức Chúa Giê-su đã vâng lời Đức Chúa Trời, và làm vui lòng Đức Chúa Cha cho đến khi Ngài hy sinh trên cây thập tự cho tội lỗi nhân loại. Qua huyết của Chúa Giê-su chúng ta được sạch tội và được cứu bởi đức tin vâng lời Ngài. Cách mà để chúng ta có thể hiểu được bởi đức tin nơi Chúa Giê-su. Trước hết, chúng ta hãy xem xét cách mà loài người đi vào sự chết ở thiên đàng thứ nhất là như thế nào. Vốn dĩ ban đầu Chúa tạo dựng con người là tốt lành, trước khi A-đam phạm tội, A-đam có một cuộc sống tốt đẹp đời

đời tại vườn địa đàng, nhưng A-đam đã không vâng lời Đức Chúa Trời, A-đam đã ăn trái cấm và trở nên một tội nhân, chính vì vậy thế giới thuộc linh trong A-đam đã bị phá vỡ "tội lỗi là sự chết". Rô ma 6: 23, anh ta chết và đi vào địa ngục.

Trước khi sáng thế Đức Chúa Trời đã có một kế hoạch, một chương trình đời đời cho nhân loại, Ngài biết A-đam sẽ không vâng lời, Đức Chúa Trời đã chuẩn bị Chúa Giê-su là Đấng sẽ cứu chuộc nhân loại, và qua Chúa Giê-su mở ra một con đường cứu rỗi, kết nối lại với mọi người có thể tương giao với Đức Chúa Trời. Chúa Giê-su là Ngôi Lời, và Ngôi lời đã trở nên xác thịt, Ngài sinh ra như một con người bình thường, mang hình ảnh của một con người bình thường.

Bởi vì Đức Chúa Trời đã ban cho nhân loại một Đấng cứu chuộc, chính Đấng Mê-si-a, mọi thế lực, sa-tan, hay ma quỷ đều cũng đã biết về điều này. Bởi lẽ đó, sa tan luôn tìm cách để giết Đấng cứu chuộc. Khi ba nhà thông thái cho biết có một vị vua của nhân loại đã ra đời, ngay lập tức vua Hê-rốt truyền lệnh cho tất cả mọi người phải tìm ra em bé đó, nếu không tìm ra thì tất cả các em bé nam khác từ hai tuổi trở xuống đều phải chết.

Ngoài ra, ma quỷ cũng tìm mọi cách để xúi giục con người đóng đinh Chúa Giê-su. Ma quỷ nghĩ rằng nếu anh ta giết được Chúa Giê-su thì Ngài sẽ không thể trở thành Đấng cứu chuộc nhân loại, tất cả nhân loại sẽ đi nhận lấy sự chết đời đời tại hỏa ngục.

Đức Chúa Giê-su là Đấng thánh khiết, Ngài không bị ảnh hưởng tội lỗi từ ban đầu, và chính mình Ngài là vô tội, và Ngài không bị hình phạt theo luật pháp tiền công của tội lỗi là sự chết. Tuy nhiên, ma quỷ vẫn tìm mọi cách để giết Chúa Giê-su vì vi phạm luật công chính.

Chúa Giê-su chịu chết và chôn, sau ba ngày Ngài sống lại từ kẻ chết, Ngài phục sinh đắc thắng quyền lực của ma quỷ. Vì vậy, ngay bây giờ hễ ai tin nhận Chúa Giê-su Christ thì được sự sống đời đời.

Vốn dĩ con người phải chết và chịu hình phạt đời đời tại địa ngục vì tội lỗi của A-đam di truyền cho con cháu, nhưng Chúa Giê-su đã mở một con đường, Ngài ban cơ hội cứu rỗi đến cho tất cả mọi người. Đó là chương trình cứu rỗi của Đức Chúa Trời dành cho nhân loại, 1 Cô-rinh-tô 2:7 "Chúng tôi giảng sự khôn ngoan của Đức Chúa Trời, là sự mầu nhiệm kín giấu, mà từ trước các đời, Đức Chúa Trời đã định sẵn cho sự vinh hiển chúng ta".

Chúa Giê-su không bao giờ nghĩ như vậy, "Tại sao tôi lại bị giết bởi tội lỗi mặc dầu bản thân Chúa vô tội?. Ngài vui lòng chết trên cây thập tự theo ý của Chúa cha. Chúa Giê-su vâng lời Đức Chúa Cha một cách tuyệt đối và Ngài mở ra một con đường cứu rỗi cho nhân loại.

Chúa Giê-su đã vâng lời công lý của thiên đang thứ nhất

Trong khoảng thời gian Chúa Giê-su sống trên đất và thi hành chức vụ Ngài đã vâng lời Đức Chúa Trời và sống làm theo luật công chính của thiên đàng thứ nhất. Ngài vốn dĩ là Đức Chúa Trời về phương diện thần tánh, còn nhân tánh Ngài là một con người trọn vẹn, Ngài cũng đói bụng, mệt mỏi, đau đớn, đau khổ và cô đơn như loài người.

Trước khi Ngài bắt đầu thi hành chức vụ trong bốn mươi ngày, Ngài là bậc thầy của mọi điều, Ngài đã cầu nguyện với từng giọt lệ, Ngài cứ cầu nguyện và cầu nguyện liên tục. Ngài cũng được thử nghiệm bởi ma quỷ ba lần, Chúa đã đắc thắng ma quỷ bằng lời của Đức Chúa Trời, Ngài vẫn kiên định.

Chúa Giê-su chính là Đức Chúa Trời, Ngài đã làm những phép lạ, dấu lạ. Thật vậy, Ngài làm những phép lạ để cho mọi người nhận biết Chúa là Đức Chúa Trời, Ngài cũng làm phép lạ cho năm ngàn người ăn chỉ với năm cái bánh và hai con cá. Nếu Ngài muốn, thì Ngài có thể tiêu diệt những người nhạo báng Ngài, đóng đinh Ngài.

Ngài đã gánh lấy mọi ô nhục, đớn đau của nhân loại trên cây thập tự, huyết Ngài đã đổ ra vì tội lỗi của nhân loại.hê-bê-rơ 5:8-9 "Dầu Ngài là Con, cũng đã học tập vâng lời bởi những sự khốn khổ mình đã chịu, 9 và sau khi đã được làm nên trọn vẹn rồi, thì trở nên cội rễ của sự cứu rỗi đời đời cho kẻ vâng lời Ngài".

Chúa Giê-su là làm trọn luật pháp và vâng lời Đức Chúa Cha một cách trọn vẹn, hễ ai tin nhận Chúa Giê-su là Đức Chúa Trời, và sống trong sự thật thì sẽ trở nên tôi tớ công chính và tìm kiếm sự cứu rỗi, chứ không phải đi theo con đường sự chết đời đời, (Rô-ma 6:6)

Kinh nghiệm trong sự vâng lời

Mặc dù Ngài là con của Đức Chúa Trời, Ngài đã vâng lời Đức Chúa Cha một cách trọn vẹn và được sự quan phòng từ Đức Chúa Trời. Vậy, chúng ta nên làm như thế nào để các loài tạo vật của Đức Chúa Trời vâng lời Ngài một cách trọn vẹn? Đó là yêu cầu trong sự vâng lời.

Giăng chương 2, Chúa Giê-su đã làm phép lạ bằng cách thay nước thành rượu. Khi mọi người trong bữa tiệc hết rượu. Nữ đồng trinh Ma-ri yêu cầu các tôi tớ của mình hãy làm bất cứ điều gì mà Chúa Giê-su phán bảo. Đức Chúa Giê-su biểu họ rằng: Hãy đổ nước đầy những chế này; thì họ đổ đầy tới miệng. Khi kẻ coi tiệc nếm nước đã biến thành rượu, kẻ coi tiệc không biết rượu đến từ đâu nhưng những kẻ hầu bàn thì biết rõ.

Tại đây, nếu những đầy tớ phục vụ mà không vâng lời Chúa Giê-su phán bảo họ đổ nước vào thùng thì chắc chắn rằng họ không thể kinh nghiệm được nước biến thành rượu, bởi sự hiểu biết về luật lệ vâng lời và công lý một cách tháo đáo. Cho nên, nữ đồng trinh Ma-ri đã yêu cầu các kẻ hầu bàn hãy vâng lời Chúa một cách trọn vẹn.

Tương tự như Phi-e-rơ, ông ta cũng là một người vâng lời Chúa hoàn toàn. Tại một đêm nọ, Phi-e-rơ và một số anh chẳng bắt được một con cá nào. Nhưng khi Chúa Giê-su phán với Phi-e-rơ "Khi Ngài phán xong thì biểu Si-môn rằng: Hãy chèo ra ngoài sâu, thả lưới mà đánh cá. 5 Si-môn thưa rằng: Thưa thầy, chúng tôi đã làm suốt đêm không bắt được chi hết; dầu vậy, tôi cũng theo lời thầy mà thả lưới. 6 Họ thả lưới xuống, được nhiều cá lắm, đến nỗi lưới phải đứt ra (Lu-ca 5:4-6).

Bởi vì Chúa Giê-su là Đấng sáng tạo, là Đấng có tiếng lớn và quyền năng, ngay lập tức hết thảy con cá nghe tiếng Ngài thì vâng lời Ngài. Nhưng nếu Phi-e-rơ mà không vâng lời tiếng phán của Chúa thì điều gì sẽ xảy ra?. Giả sử ông ta nói, thưa Ngài, tôi là một người đánh lưới giỏi hơn Ngài. Chúng tôi đã đánh cá cả ngày đêm, vì vậy chúng tôi rất mệt. Nếu không có sự vâng lời thì chẳng có một phép lạ nào xảy ra cho Phi-e-rơ.

Có một góa phụ ở Sa-rép-ta trong 1 Các vua chương 17 cũng đã kinh nghiệm việc Chúa làm cho bà ta qua sự vâng lời của mình. Sau khi hạn kéo dài, trong nhà bà ta chẳng còn lương thực nào, chỉ có một ít bột trong vò và ít dầu trong bình. Một ngày nọ tiên tri Ê-li đến nhà bà ta và yêu cầu bà ta cho thức ăn. "Vì Giê-hô-va Đức Chúa Trời của Y-sơ-ra-ên phán như vậy: Bột sẽ không hết trong vò, và dầu sẽ không thiếu trong bình, cho đến ngày Đức Giê-hô-va giáng mưa xuống đất" (1 Các vua 17:14).

Người đàn bà góa bụa và cậu con trai sẽ chết khi ăn hết thức ăn cuối cùng. Tuy nhiên, bà ta đã vâng lời Lời của Đức Chúa Trời, và ban thức ăn còn lại của mình cho tiên tri Ê-li. Bây giờ, Đức Chúa Trời đã làm phép lạ vì sự vâng lời của bà ta như Ngài đã phán hứa. Bột không hết trong vò, dầu không hết trong bình, mà ngược lại còn được nhiều hơn thế, bà ta và cậu con tra, cùng tiên tri Ê-li đã được cứu qua cơn hạn hán.

Sự vâng lời là bằng cớ của Đức tin

Mác 9:23 "Áo xống Ngài trở nên sáng rực và trắng tinh chói lòa, đến nỗi chẳng có thợ phiếu nào ở thế gian phiếu được trắng như vậy". Nếu chúng ta tin luật công lý của Đức Chúa Trời, thì chúng ta sẽ kinh nghiệm những công việc của Đức Chúa Trời chí cao thi hành trên đời sống của chúng ta. Khi chúng ta cầu nguyện bằng đức tin, mọi tật bệnh sẽ tan biến, sẽ được chữa lành, khi chúng ta nhân danh Chúa và cầu nguyện trong đức tin thì mọi thế lực của ma quỷ sẽ sợ hãi, và xa rời chúng ta, mọi khó khăn va thử thách sẽ không còn hiện diện trong đời sống của chúng ta. Nếu chúng ta cầu nguyện bằng đức tin, chúng ta sẽ nhận lấy mọi phước hạnh của Đức Chúa Trời. Chẳng có điều gì không thể khi có đức tin.

Đó là hành vi của sự vâng lời để chứng minh cho chúng ta có đức tin để nhận mọi sự đáp lời của Chúa theo luật công lý của Ngài.

Gia-cơ 2:2 "Giả sử có người đeo nhẫn vàng, mặc áo đẹp, vào nơi hội anh em, lại có người nghèo, quần áo rách rưới, cũng vào nữa". Gia cơ 2:26 "Vã, xác chẳng có hồn thì chết, đức tin không có việc làm cũng chết như vậy".

Khi tiên tri Ê-li yêu cầu người đàn bà góa Sa-rép-ta mang thức ăn cho mình. Giả sử nếu bà ta đáp lại rằng ; Tôi tin ông là một đầy tớ của Đức Chúa Trời, và tôi cũng tin Đức Chúa Trời sẽ ban phước cho tôi, thức ăn của tôi sẽ không bao giờ cạn kiệt, nhưng bà ta không vâng lời, và rồi bà ta chẳng kinh nghiệm được việc Chúa làm trên đời sống mình.

Sự vâng lời cực kỳ quan trọng cho đời sống theo Chúa của mỗi người Cơ đốc. Chúng ta muốn nhận được khải tượng và giấc mơ thì chúng ta phải có đức tin. Như những nhân vật nổi tiếng trong Kinh Thánh, họ là những người đã tin cậy và vâng lời Chúa một cách tuyệt đối, như là; Áp-ra-ham, Gia-cốp, và Giô-sép.

Thời niên thiếu của Giô-sép. Ông ta nhận được một giấc từ Đức Chúa Trời rằng ông ta sẽ trở nên một người được tôn trọng nhất. Dù đi bất cứ nơi đâu, ông ta vẫn luôn nhớ về giấc mộng đó, và tin về giấc mộng đó cho đến khi giấc mộng đó trở nên hiện thực.

Giô-sép trông cậy Đức Chúa Trời, nhờ cậy Ngài trong mọi hoàn cảnh của cuộc đời.

Làm nô lệ và ở tù mười ba năm, nhưng Giô-sép vẫn giữ giấc mơ mà Đức Chúa Trời ban cho ông, mặc dù ông ta có quá nhiều thử thách trong bước đường theo Chúa. Giô-sép chỉ bước đi bởi đức tin và làm theo mạng lệnh của Đức Chúa Trời. Giô-sép một lòng sắc son với Đức Chúa Trời, ông ta đã sống một đời sống đẹp lòng Đức Chúa Trời. Mọi khó khăn, thử thách mà giô-sép đã đối diện rồi cũng qua đi, Đức Chúa Trời ban phước cho Giô-sép mọi điều, ông ta trở thành một người có quyền lực đứng thứ hai sau vua Ai-cập là vua Pha-ra-ôn ở tuổi ba mươi.

Hội Thánh Trung tâm Manmin, dẫn đầu là Hội Thánh truyền giáo

Ngày nay tại trung tâm Hội Thánh Manmin có hơn mười ngàn chi nhánh và các hiệp hội truyền của những Hội Thánh khắp trên thế giới đã và đang, cũng sẽ sai các giáo sĩ đi khắp thế giới, san bằng mọi ngõ ngách của thế giới mà rao giảng phúc âm. Bên cạnh đó, truyền giảng về mảng truyền thông cũng được phát triển mạnh. Hội Thánh đã vâng lời Chúa để thực hiện đại mạng lệnh mà Ngài ban cho Hội Thánh, ban cho mỗi con cái Chúa.

Từ khi tôi tin nhận Chúa, mọi bệnh tật của tôi đã được Chúa chữa lành, và Chúa cũng làm thành những điều tôi ước ao, tôi có một đức tin mạnh mẽ ở nơi Chúa, và tôi trở thành một người trưởng lão đức tin, giúp đỡ cho người khác. Nhưng đến một ngày Đức Chúa Trời đã kêu gọi tôi trở nên một tôi tớ của Chúa, một tay đánh lưới người cho Ngài "Lời Chúa phán với tôi rằng; " ta đã chọn người từ trước khi sáng thế" Chúa phán với tôi, nếu con đã trang bị lời Chúa trong ba năm rồi thì con sẽ đi sẽ băng qua các đại dương, sông núi và thực hiện các dấu hiệu kỳ diệu bất cứ nơi nào Chúa muốn con đi.

Trên thực tế, tôi vẫn là người tương đối mới. Tôi đã gây tranh cãi và không biết nói gì trước đám đông. Tuy nhiên, tôi đã vâng lời Chúa, tin cậy Chúa mà bước đi với Ngài, trở nên tôi tớ của Ngài. Tôi đã cố gắng hết sức để bước đi với lời Chúa phán dạy trong sáu mươi sáu sách trong Kinh Thánh và cầu nguyện trong sự hướng dẫn của Đức Thánh Linh. Tôi chỉ vâng lời Chúa, chỉ một mình Ngài.

Khi tôi đã có những cuộc thập tự chinh quy mô lớn ở nước ngoài, tôi không có kế hoạch hoặc chuẩn bị cho họ theo cách của tôi, nhưng tôi chỉ tin cậy Đức Chúa Trời, tôi đi bất cứ nơi nào mà Ngài sai tôi đi, muốn tôi đi. Đối với các cuộc thập tự chinh lớn, thường phải mất nhiều năm để chuẩn bị, nhưng Đức Chúa Trời phán dạy cho chúng tôi là chỉ chuẩn bị trong vài tháng.

Thậm chí sắp đến ngày tổ chức ngày thập tự chinh, chúng tôi thì đang thiếu thốn tài chánh, dù trong hoàn cảnh nào chúng tôi vẫn tin cậy Chúa, nương nhờ Ngài, và chúng tôi cầu nguyện bởi đức tin, Ngài đã chu cấp cho chúng tôi đúng lúc, đúng thời điểm của Ngài. Có đôi lúc Đức Chúa Trời phán bảo tôi đi rao giảng Phúc âm tại một nơi mà không có ai đến, một nơi mà khó có thể rao giảng, nhưng tôi vẫn bước đi, vâng lời Ngài một cách trọn vẹn.

Năm 2002, trong khi chúng tôi đang chuẩn bị cho cuộc thập tự chinh tại Chen-nai, Ấn độ, Chính phủ Tamil Nadu tuyên bố đạo luật mới cấm việc chuyển đổi. Pháp lệnh quy định rằng không ai nên chuyển đổi hoặc cố gắng chuyển đổi bất kỳ người nào từ tôn giáo này sang tôn giáo khác bằng cách sử dụng vũ lực hoặc bằng cách quyến rũ hay bất kỳ phương tiện gian lận nào. Việc phòng ngừa có thể dẫn đến một năm tù giam và phạt tiền, nếu người chuyển đổi là "trẻ vị thành niên, phụ nữ hoặc một người thuộc Phong trào theo lịch trình hoặc theo lịch trình bộ lạc". Phạt tiền 100.000 ru-pi là giá trị tiền lương của hai ngàn ngày.

Pháp lệnh về Cấm chuyển đổi bắt buộc có hiệu lực bắt đầu vào ngày đầu tiên của cuộc thập tự chinh của chúng tôi. Vì vậy, tôi vẫn luôn sẵn sàng để rao giảng phúc âm mặc dù tôi phải đối diện là sẽ ngồi tù hay phạt tiền. Một số người nói với tôi rằng cảnh sát Tamil Nadu sẽ đến và xem cuộc thập tự chinh của chúng tôi, để ghi lại lời rao giảng của tôi.

Trong tình huống đe doạ này, các bộ trưởng Ấn Độ và ban tổ chức cảm thấy căng thẳng và căng thẳng. Nhưng tôi nhận được sự khích lệ và tôi đã vâng lời Đức Chúa Trời bởi vì Ngài đã phán với tôi. Tôi đã rao giảng vì danh Chúa, lòng tôi nóng cháy để rao giảng phúc âm, tôi không cảm thấy lo sợ là tôi sẽ bị bắt bỏ tù, tôi vẫn dũng cảm tuyên bố Đức Chúa Trời là Đấng sáng tạo, tình yêu thương, và là Đấng cứu chuộc là Chúa Giê-su Christ.

Sau đó, Đức Chúa Trời đã làm những việc thật kỳ diệu. Trong khi tôi đang rao giảng, và tôi nói "Nếu bạn tin Chúa và muốn dâng đời sống của mình cho Ngài thì hãy mạnh dạn đứng dậy và bước đến. Vào lúc đó, một cậu bé bắt đầu đứng dậy và bước đi. Cậu bé, trước khi tham dự cuộc thập tự chinh, đã trải qua khung xương chậu và khớp háng trong suốt quá trình phẫu thuật và có hai phần liên kết với một tấm kim loại. Cậu bé bị đau nặng sau khi phẫu thuật và không thể đi bộ một bước mà không có nạng. Nhưng khi tôi nói trong danh Chúa " hãy đứng dậy và bước đi" cậu bé liền quăng cái nạng lâu nay giúp cậu ta đi được mà liền bước đi.

Ngày hôm đó, ngoài phép lạ này của cậu bé, rất nhiều phép lạ tuyệt vời của quyền năng của Đức Chúa Trời đã diễn ra. Người mù đến để thấy, người khiếm thính được nghe, và người câm để được nói. Họ đứng dậy từ xe lăn của họ và vứt bỏ nạng của họ. Tin tức nhanh chóng lan rộng ra thành phố và có hàng ngàn người tham gia vào ngày kế tiếp.

Tổng cộng có ba triệu người tham dự các cuộc họp và đáng ngạc nhiên hơn, hơn 60% số người tham dự là người Hindu. Họ có dấu Hindu trên trán. Sau khi họ lắng nghe sứ điệp và chứng kiến các phép lạ và công việc kỳ lạ của Đức Chúa Trời, họ đã đánh dấu và quyết tâm chuyển sang Cơ Đốc giáo.

Cuộc thập tự chinh mang lại sự kết hợp của các tín hữu tại địa phương, và cuối cùng là pháp lệnh chống lại các cuộc cải đạo đã bị bãi bỏ. Một công việc tuyệt vời như vậy đã được thực hiện qua việc vâng theo Lời của Đức Chúa Trời. Bây giờ, để trải nghiệm những công việc tuyệt diệu của Đức Chúa Trời, chúng ta phải tuân theo điều gì?.

Thứ nhất, chúng ta phải vâng lời sáu mươi sáu sách trong Kinh Thánh

Chúng ta không chỉ nên vâng theo Lời của Đức Chúa Trời chỉ khi chính Đức Chúa Trời hiện ra trước mặt chúng ta và nói với chúng ta điều gì đó. Chúng ta phải tuân theo những lời được viết trong 66 cuốn sách của Kinh Thánh trong mọi lúc, mọi nơi. Chúng ta nên hiểu ý muốn của Chúa và tuân theo điều đó qua Kinh Thánh, và sau đó chúng ta có thể vâng theo những sứ điệp được rao giảng trong Hội Thánh. Cụ thể là; những lời nói với chúng ta để làm, không làm, giữ, hoặc bỏ đi những điều nhất định là các luật lệ của công lý, và do đó, chúng ta phải tuân theo chúng. Lời của Chúa không phải chúng ta nói muốn làm hay không làm, mà phải tuân giữ và vâng theo.

Ví dụ, bạn nghe rằng bạn phải ăn năn tội lỗi của mình với một thái độ sám hối, khóc lóc trước mặt Chúa. Bạn sẽ nhận được câu trả lời sau khi bạn phá vỡ bức tường tội lỗi ngăn cách bạn với Đức Chúa Trời, (Ê-sai 59: 1-2). Ngoài ra, bạn nghe rằng phải cầu nguyện trong sự khóc lóc. Đó là phương pháp để đạt được mọi sự, (Lu-ca 22:44).

Để được gặp Chúa và nhận được sự đáp lời của Ngài, trước hết chúng ta phải ăn năn tội lỗi của chính mình và khẩn thiết cầu nguyện với Ngài, vang xin Ngài những gì mà chúng ta cần. Hễ bất cứ ai phá đỗ bức tường thành tội lỗi của chính mình, cầu nguyện với tất cả sức lực, đức tin, có thể gặp được Đức Chúa Trời và nhận được câu trả lời của Ngài. Đây là luật công lý.

Thứ hai, chúng ta phải vâng theo những lời nói của các đầy tớ của Ngài mà chính Ngài đã chọn họ.

Ngay sau khi mở nhà thờ, một bệnh nhân ung thư đã được mang đến nhà thờ trên cáng để tham dự sự phục vụ trong thờ phượng. Tôi bảo anh ngồi lên để tham dự buổi lễ. Vợ anh ta ủng hộ anh ta từ phía sau và anh ta chỉ có thể ngồi trong buổi thờ phượng. Liệu tôi có biết không, và cảm nhận được anh ấy rất khó khăn khi ngồi dậy vì anh ấy ốm yếu và phải được mang trên cáng? Nhưng tôi đã nhờ cậy Đức Thánh Linh và cho anh ta lời khuyên, anh ta đã vâng lời.

Nhìn thấy sự vâng lời của anh ta. Đức Chúa Trời ngay lập tức ban cho anh ta thần thánh chữa bệnh. Cụ thể, tất cả những nỗi đau của anh đã biến mất và anh có thể đứng và đi bộ một mình. Cũng giống như người đàn bà góa ở sa-rép-ta đã vâng lời Lời của tiên tri Ê-li là một tôi tớ của Đức Chúa Trời, và người đàn ông bị bệnh đó cũng đã vâng lời Đức Chúa Trời và anh ta đã nhận được sự đáp lời của Đức Chúa Trời. Anh ta không thể chữa lành bằng đức tin của mình mà là kinh nghiệm được sự chữa lành bởi quyền năng của Đức Chúa Trời

Thứ ba, chúng ta phải vâng lời Đức Thánh Linh

Tiếp theo, để nhận được những câu trả lời từ Đức Chúa Trời, chúng ta nên ngay lập tức đi theo tiếng của Chúa Thánh Linh ban cho trong khi chúng ta đang cầu nguyện và nghe các bài giảng. Đó là bởi vì Đức Thánh Linh ở trong chúng ta, dẫn chúng ta đến con đường phước hạnh và giải đáp theo luật pháp công lý.

Cả cuộc đời tôi từ khi tin nhận Chúa, tôi luôn trung tín vâng lời

Đức Chúa Trời trong mọi hoàn cảnh. Trong những lúc thiếu thốn, tôi không nản lòng, không lo lắng, một lòng tin cậy Ngài. Tôi vâng lời Đức Chúa Trời trong mọi sự và Ngài đã ban cho tôi mọi thứ theo lượng đức tin của tôi. 2 Cô-rinh-tô 1: 19-20 "Cũng có lời chép rằng:

**Ta sẽ hủy phá sự khôn ngoan của người khôn ngoan,
Tiêu trừ sự thạo biết của người thạo biết.**

20 Người khôn ngoan ở đâu? Thầy thông giáo ở đâu? Người biện luận đời nay ở đâu? Có phải Đức Chúa Trời đã làm cho sự khôn ngoan của thế gian ra rồ dại không".

Chúng ta muốn kinh nghiệm được những việc làm của Đức Chúa Trời trên đời sống chúng ta, chúng ta phải làm theo luật lệ công lý của Đức Chúa Trời, chúng ta phải tăng trưởng trong đức tin, và sự vâng lời. Hãy học và làm theo tấm gương của Chúa Giê-su nơi dấu chân Ngài. Học biết Chúa và kinh nghiệm tình yêu của Chúa mỗi ngày.

Có một nhân vật nổi tiếng, ông ta đã kinh nghiệm những công việc quyền năng của Đức Chúa Trời thi hành trên đời sống của bản thân ông ta. Ông ta tên là Paul Ravindran Ponraj hay còn gọi là Tiến sĩ Paul Ravindran Ponraj (Chennai, Ấn Độ). Ông ta là Cán bộ cao cấp, Phẫu thuật Tim Mạch tại Bệnh viện Đa khoa Southampton, Anh quốc. Phẫu thuật Cardio-Thoracic đăng ký tại Bệnh viện St. Georges, Luân-đôn, Anh quốc. Phẫu thuật Chụp Tim Tiền Cấp cấp, Bệnh viện HAREFIELD, Middlesex, Anh quốc. Bác sĩ thú y Cardiothoric, Bệnh viện Willingdon, Chennai.

Quyền năng của Đức Chúa vượt hơn cả y học

Tôi đã sử dụng khăn tay đã được xức dầu để chữa bệnh cho nhiều bệnh nhân và có nhiều bệnh nhân đã được chữa lành. Tôi luôn luôn giữ khăn tay trong túi áo của tôi khi tôi đang ở phòng phẫu thuật hoặc làm phẫu thuật. Tôi muốn kể lại một phép lạ diễn ra vào năm 2005.

Có một thanh niên tuổi 42; anh ta là một nhà thầu xây dựng, đây nghề nghiệp từ một trong những thị trấn ở bang Tamil Nadu đã đến với tôi trong tình trạng bị bệnh động mạch vành và trong tình trạng phải phẫu thuật bắc cầu động mạch vành. Tôi đã chuẩn bị cho ông phẫu thuật và anh ta đã được điều trị. Đó là một cuộc phẫu thuật ghép 2 vòng rất đơn giản được thực hiện với một cái máy trợ tim. Cuộc giải phẫu đã kết thúc trong khoảng hai tiếng rưỡi.

Khi ngực của anh ta đã được đóng lại, anh ta đã trở nên không ổn định, khó thở, bất thường và giảm huyết áp. Tôi mở lại ngực và nhận thấy rằng những đường cắt ngang đã hoàn hảo. Ông đã được chuyển sang phòng phục hồi để làm một kiểm tra mạch máu. Và tôi đã được tìm thấy rằng tất cả các mạch máu của anh ta trong tim và các mạch máu lớn ở chân của anh ta đã đi vào co thắt không có máu chảy. Vì lý do đó tôi đã không thể xác định nguyên ngày hôm nay.

Không có hy vọng cho người đàn ông trẻ tuổi này. Anh ta được đưa đến phòng phẫu thuật và ngực đã được mở ra lần nữa, tim được mát xa trực tiếp trong hơn 20 phút. Ông đã được kết nối với máy phổi tim. Một loạt thuốc giãn mạch đã được dùng để làm giảm co thắt nhưng không có hoạt động. Ông đã duy trì huyết áp trung bình trên máy bơm từ 25 đến 30 mmHg. Trong hơn 7 giờ và tôi đã biết rằng cung cấp máu và oxy ở áp lực đó là không đủ để não của anh ta hoạt động.

Gần kết thúc 18 tiếng phẫu thuật trong sự đấu tranh và 7 tiếng đồng hồ trên máy bơm mà không có phản ứng tích cực nào cả, chúng tôi quyết định đóng ngực và tuyên bố bệnh nhân chết. Tôi quỳ gối và cầu nguyện. Tôi nói, "Đức Chúa Trời tôi ơi, nếu đó là những gì Ngài muốn thì ý Ngài được nên." Tôi đã bắt đầu phẫu thuật với lời cầu nguyện như vậy và với chiếc khăn tay trên tay của tôi đã được xức dầu bởi Tiến sĩ Jaerock Lee trong túi của tôi, Và tôi nhớ lại những

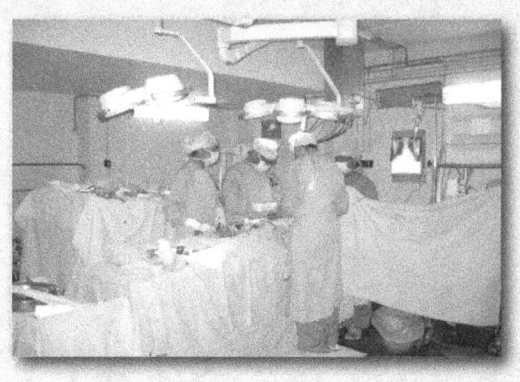

gì lời Chúa đã được nói trong Công-vụ 19:12. Tôi được thức tỉnh và bước vào phòng mổ khi ngực đang đóng lại, trong khi họ tuyên tuyên bố bệnh nhân sẽ chết.
Một phép lạ đã xảy ra cho bệnh nhân, anh ta trở nên bình thường. Nhịp thở trở nên bình thường. Toàn bộ đội ngũ y bác sĩ phẫu thuật đã bị sốc và có một thành viên của đội không tin quyền năng của Đức Chúa Trời, nhưng anh ta đã vinh danh người bạn của mình là tiến sĩ Paul.

 Vâng, đúng là khi bạn bước đi trong đức tin, bạn đang ở giữa một phép lạ và sự chết đến với bạn. Người đàn ông trẻ tuổi này bước ra khỏi bệnh viện mà không có thâm hụt thần kinh, trừ một chỗ bị sưng tấy ở chân phải. Ông đã làm chứng trong một tế bào cầu nguyện rằng; anh ta sẽ dâng cuộc đời của anh ta cho Đức Chúa Trời sử dụng cho công việc của Ngài.

Trích những điều phi thường.

Chương 6: ĐỨC TIN

> Nếu chúng ta có sự đảm bảo trọn vẹn về đức tin, chúng ta có thể có được năng quyền của Đức Chúa Trời, cho dù chúng ta đối diện hàng vạn khó khăn, những hoàn cảnh không thể giải quyết, Đức Chúa Trời vẫn cùng chúng ta.

Một tấm lòng chân thành và một đức tin chắc chắn

Mối liên hệ giữa đức tin và sự chân thành

Yêu cầu về sự đảm bảo đức tin

Áp-ra-ham có một đức tin chắc chắn và một tấm lòng chân thành

Vun đắp một một tấm lòng chân thành và đức tin chắc chắn

Đức tin thử nghiệm

Thập tự chinh tại Pa-kis-tan

"Nên chúng ta hãy lấy lòng thật thà với đức tin đầy dẫy trọn vẹn, lòng được tưới sạch khỏi lương tâm xấu, thân thể rửa bằng nước trong, mà đến gần Chúa".

_____

(Hê-bê-rơ 10:22)

Mỗi người nhận được sự đáp lời từ Đức Chúa Trời nhiều cách khác nhau. Có người thì chỉ cầu nguyện vài lần thì Chúa đã đáp lời nhưng cũng có nhiều người cầu nguyện với cả tấm lòng và thái độ kỉnh kiềng bằng cách cầu nguyện và kiêng ăn. Có một số người, họ thực hiện các dấu hiệu, kiểm soát sức mạnh của bóng tối và chữa lành người bệnh thông qua lời cầu nguyện bởi đức tin (Mác 16:17-18). Ngược lại, có một số người cầu nguyện, họ chẳng nhận thấy được một dấu hiệu nào hay bất kỳ một dấu lạ nào được tỏ cho họ trong khi cầu nguyện.

Nếu có con cái Chúa nào đang chịu đựng về những cơn đau của bệnh tật, sự tuyệt vọng, đau buồn, chán nản, phạm tội, và đang cầu nguyện với Chúa mà không thấy Chúa đáp lời thì hãy xem xét lại đức tin của mình. Đức Chúa Trời, Ngài là Đấng thành tín, lời của Ngài là chân lý không hề qua đi. Nếu thật sự có ai đó đặt để đức tin của mình ở nơi Chúa một cách chắc chắn, và một đức tin không nghi ngờ, họ sẽ nhận được những gì họ cầu xin. Chúa Giê-su hứa với chúng ta trong Ma-thi-ơ 21:22 "Trong khi cầu nguyện, các ngươi lấy đức tin xin việc gì bất kỳ, thảy đều được cả". Bây giờ, lý do tại sao mà mọi người lại nhận được sự trả lời từ Đức Chúa Trời nhiều cách khác nhau?

Có một tấm lòng chân thành và đức tin chắc chắn

Hê-bê-rơ 10:22 "Nên chúng ta hãy lấy lòng thật thà với đức tin đầy dẫy trọn vẹn, lòng được tưới sạch khỏi lương tâm xấu, thân thể rửa bằng nước trong, mà đến gần Chúa". Một tấm lòng chân thật đồng nghĩa không có sự giả dối, nó giống như tấm lòng của Chúa Giê-su Christ. Đơn giản chỉ cần đặt, đảm bảo đầy đủ của đức tin là đức tin hoàn hảo. Nghĩa là tin lời Chúa trong sáu mươi sáu quyển trong Kinhh Thánh một cách tuyệt đối, không có sự nghi ngờ và tuân giữ luật lệ, mạng lệnh của Đức Chúa Trời.

Như vậy, những người mà ăn năn tội lỗi mình, họ sẽ ăn năn một cách chân thật khi đứng trước mặt Đức Chúa Trời và Lời của Ngài. Chúa đẹp lòng về điều đó, Ngài sẽ đáp lời qua sự cầu nguyện cho những ai ăn năn thật lòng.

Có nhiều người ăn năn tội lỗi trước mặt Đức Chúa Trời, nhưng sự chân thật của họ khác nhau hoàn toàn. Có một số người, họ ăn năn, sám hối với một tấm lòng chân thật, một thái độ kính kiềng, hết lòng ăn năng, nhưng bên cạnh đó, cũng có một số người cũng ăn năn, sám hối, nhưng chỉ nửa vời, họ không chân thật, không hết lòng. Cho nên, Đức Chúa Trời phán cho những người chỉ ăn năn nữa vời "Ngươi chỉ tin ta nữa vời". Sự chân thành chứa đựng trong lời tuyên xưng đức tin của một người là thước đo lượng đức tin được Đức Chúa Trời thừa nhận.

Mối liên hệ giữa đức tin và sự chân thành

Trong mối quan hệ của chúng ta với người khác, chúng ta sẽ nói rằng, chúng ta tin họ, nhưng chỉ ở một mức độ nào đó. Ví dụ, khi các bà mẹ đi ra ngoài, để lại người con của mình ở nhà, họ sẽ nói điều gì? Họ sẽ nói "Con nên ngoan ngoãn ở nhà và chỉ ở nhà. Con nhé, mẹ tin con". Bây giờ, có phải người mẹ này thật sự tin con của mình không?.

Nếu một người mẹ mà tin con cái của mình thật sự thì cô ta sẽ không nói "Mẹ tin con". Cô ta chỉ có thể nói, "Mẹ sẽ trở về sớm thôi, trở về đúng giờ" Nhưng người mẹ này có thể nói thêm nữa khi người con của cô ta không đáng tin cậy. Cô ta sẽ nói, "Mẹ vừa dọn dẹp sạch sẽ, con hãy giữ nhà cho sạch sẽ" Con cũng đừng đụng đến những mỹ phẩm của mẹ, và không nên bật ga lên. "Người mẹ này không có sự thoải mái khi đi ra ngoài, và trước khi đi ra ngoài cô ta bảo với người con của mình rằng; Mẹ tin con, hãy nghe lời mẹ".

Nếu người mẹ này không tin con cái của mình, thậm chí sau khi phán bảo với người con của mình về mọi việc phải làm, dù đang ở ngoài cô ta cũng gọi điện để nhắc nhở, xem thử con mình đang làm gì? Cô ta sẽ hỏi, "Ở nhà con đang làm gì? Mọi thứ có tốt không?. Cô ta cố gắng đặt ra những câu hỏi để điều tra con mình đang làm gì ở nhà. Cố ta nói, cô ta tin con của mình nhưng lòng của cô ta thì không thật sự tin. Chính sự tin tưởng của các bậc cha mẹ đối với con cái của mình trong nhiều cách khác nhau.

Bạn có thể tin tưởng con cái của bạn hơn con cái của người khác theo cách chân thành và sự tin cậy của họ. Nếu những người con lắng nghe cha mẹ mình mọi lúc, mọi nơi thì chính cha mẹ của họ cũng phải tin tưởng con cái của mình tuyệt đối 100%. Khi những người cha mẹ nói, " Cha mẹ tin con" đó là sự thật.

Yêu cầu về sự đảm bảo một đức tin chắc chắn

Bây giờ, nếu một người con được cha mẹ tin tưởng 100%, khi người yêu cầu một vài điều gì đo, thì người làm cha mẹ sẽ cho con của mình mong muốn. Họ sẽ không hỏi con mình. Con dùng cái đó để làm gi?. Tại sao con lại muốn có cái đó?. Con có thật sự cần cái đó không?. Đại loại là như vậy. Họ chỉ đáp ứng những nhu cầu của người con của mình cần chứ họ không hỏi là để làm gì? Họ tin tưởng con của mình tuyệt đối.

Nhưng ngược lại, nếu những người làm cha mẹ mà không tin con của mình tuyệt đối, họ sẽ phàn nàn và hỏi lý do tại sao con lại cần cái đó. Họ không tin tưởng con cái của họ, ít tin tưởng về lời nói của con mình, họ ngần ngại cho điều gì đó mà con của họ yêu cầu. Nếu người con của họ cứ đòi hỏi, đòi hỏi nhiều lần, điều này không phải họ tin con của họ mà là con của họ đòi hỏi nhiều lần.

Điều này đồng nghĩa công việc giữa Đức Chúa Trời với chúng ta. Bạn có một tấm lòng chân thật không?. Để Đức Chúa Trời có thể nhận ra đức tin của bạn là tuyệt đối, 100%, Ngài phán. "Hỡi con trai ta, con gái ta, các người tin ta tuyệt đối không?.

Chúng ta không nên là những người nhận được từ Đức Chúa Trời chỉ vì chúng ta yêu cầu rất nhiều ngày đêm. Chúng ta có thể nhận được bất cứ điều gì chúng ta yêu cầu bằng cách đi trong sự thật ở mọi lĩnh vực, không có gì để chúng ta có thể bị lên án (1 Giăng 3:21-22).

Áp-ra-ham có một lòng chân thật và một đức tin hoàn hảo.

Lý o mà Áp-ra-ham được gọi là cha đẻ của đức tin là bởi vì ông ta có một tấm lòng chân thật và một đức tin chắc chắn, tuyệt đối ở nơi Đức Chúa Trời. Áp-ra-ham tin Đức Chúa Trời tuyệt đối, tin vào những lời hứa của Ngaif và không bao giờ nghi ngờ ở trong bất cứ hoàn cảnh nào của cuộc đời.

Đức Chúa Trời phán hứa với Áp-ra-ham, khi ông ta ở tuổi 75, dòng dõi của thế gian sẽ từ ngươi mà ra, ngươi sẽ làm cha của mọi dân tộc. Nhưng hơn hai mươi năm trôi qua, ông ta vẫn chưa có con. Khi ông ta 99 tuổi, vợ tên là Sa-ra 89 tuổi. Hai vợ chồng càng ngày càng lớn tuổi, rất khó để có con. Đức Chúa Trời phán bảo với họ là năm sau sẽ có con. Rô-ma 4:19-22 "Người thấy thân thể mình hao mòn, vì đã gần đầy trăm tuổi, và thấy Sa-ra không thể sanh đẻ được nữa, song đức tin chẳng kém.(k) 20 Người chẳng có lưỡng lự hoặc hồ nghi về lời hứa Đức Chúa Trời, nhưng càng mạnh mẽ trong đức tin, và ngợi khen Đức Chúa Trời, 21 vì tin chắc rằng điều chi Đức Chúa Trời đã hứa, Ngài cũng có quyền làm trọn được. 22 Cho nên đức tin của người được kể cho là công bình".

Mặc dù đối với khả năng của con người thì có giới hạn, có nhiều việc mà con người chúng ta không thể làm được, nhưng đối với Đức Chúa Trời là có thể. Tuy nhiên, dẫu chưa có con, Áp-ra-ham vẫn không đem lòng nghi ngờ Đức Chúa Trời, vẫn tin cậy vào lời hứa của Đức Chúa Trời tuyệt đối, Đức Chúa Trời nhìn thấy đức tin của Áp-ra-ham, Ngài ban cho ông ta một người con, đặt tên là Y-sác như lời Ngài đã phán hứa.

Nhưng khi Áp-ra-ham đã trở nên cha của đức tin, Đức Chúa Trời có một thử nghiệm cho ông ta nữa. Một trăm tuổi, Áp-ra-ham mới sanh ra Y-sác, Áp-ra-ham yêu thương Y-sác vô cùng. Vào một ngày, Đức Chúa Trời phán bảo với ông ta rằng; hãy dâng con trai một yêu dấu của ngươi cho ta thay con chiên. Trong thời Cựu Ước, họ đã lấy đi da, cắt con vật thành từng miếng, rồi cho nó như một của lễ thiêu.

Trong Hê-bê-rơ 11:17-19, giải thích một cách rõ ràng về hành động của Áp-ra-ham dâng con một của mình. Áp-ra-ham đặt để Y-sác trên bàn thờ và dùng con dao để chuẩn bị hành động, ngay lúc đó, có tiếng nói của thiên sứ của Đức Chúa Trời xuất hiện và phán, "Thiên sứ phán rằng: Đừng tra tay vào mình con trẻ và chớ làm chi hại đến nó; vì bây giờ ta biết rằng ngươi thật kính sợ Đức Chúa Trời, bởi cớ không tiếc với ta con ngươi, tức con một ngươi" (Sáng thế ký 22:12). Thông qua cuộc thử nghiệm này, Áp-ra-ham có một đức tin hoàn hảo, tin cậy Chúa tuyệt đối.

Vun đắp tấm lòng chân thật và một đức tin chắc chắn.

Tôi từng có thời gian tuyệt vọng, tôi không có hy vọng và tôi chỉ chờ đợi cái chết. Nhưng chị tôi đã đưa tôi đến một nhà thờ và chỉ bằng cách quỳ xuống trong thánh đường của Đức Chúa Trời. Tôi đã chữa lành mọi bệnh tật của tôi bằng quyền năng của Đức Chúa Trời. Đó là câu trả lời cho lời cầu nguyện của chị tôi và sự kiêng ăn của tôi.

Từ khi tôi đã nhận được tình yêu tràn ngập và ân sủng từ Đức Chúa Trời. Tôi đã muốn biết về Ngài vô cùng. Tôi đã tham dự nhiều cuộc hội nghị phục hồi trong tất cả các chương trình thờ phượng, học Lời của Đức Chúa Trời. Mặc dù tôi đang làm công việc đòi hỏi về thể chất trên một công trình xây dựng, tôi đã tham dự các buổi cầu nguyện hàng ngày vào mỗi sáng. Tôi chỉ muốn nghe Lời Chúa và học biết ý muốn của Ngài một cách tốt nhất mà tôi có thể.

Khi những Mục sư giảng về đề tài sống đẹp lòng Chúa, tôi đã vâng lời. Tôi đã nghe về bài giảng rằng con cái Chúa không được hút thuốc và uống rượi, vì vậy, tôi đã ngay lập tức từ bỏ việc làm đó. Tôi cũng nghe về bài giảng hãy dâng phần mười cho Đức Chúa Trời, tôi luôn trung tín làm điều đó cho đến bây giờ.

Khi tôi đọc Kinh Thánh, tôi đã làm theo những gì Kinh Thánh dạy, và vâng giữ những Kinh Thánh phán dạy. Tôi không bao giờ làm ngoài việc Kinh Thánh không dạy bảo. Tôi đã cầu nguyện, và kiêng ăn để từ bỏ những ý nghĩ xấu, việc làm xấu mà Kinh Thánh đã đề cập. Thật sự để từ bỏ những cái tôi, ham muốn của xác thịt thật sự rất khó, nhưng tôi đã kiêng ăn nhờ ơn Chúa để vượt qua. Đức Chúa Trời thấy được tấm lòng chân thật của tôi, Ngài ban thêm đức tin cho tôi.

Mỗi ngày đức tin tôi càng tăng trưởng và tăng trưởng. Dẫu tôi gặp biết bao thử thách, sóng gió của cuộc đời, tôi không bao giờ nghi ngờ Đức Chúa Trời, lòng tôi tin cậy Chúa hoàn toàn, phó thác đời sống của tôi cho Chúa sử dụng và hướng dẫn. Kết quả là tấm lòng tôi đã được thay đổi, từ một tấm lòng cộc cằn, chứng dối, giờ đã trở thành một tấm lòng chân thật, không có sự giả dối nào khi tôi vâng Lời của Đức Chúa Trời. Tấm lòng trở nên trắng trong và như tấm lòng của Chúa. Trong 1 giăng 3:21 "Hỡi kẻ rất yêu dấu, ví bằng lòng mình không cáo trách, thì chúng ta có lòng rất dạn dĩ, đặng đến gần Đức Chúa Trời".

Đức tin thử nghiệm

Trong khi đó, vào tháng 2 năm 1983, 7 tháng sau khi khánh thành nhà thờ, tôi đã được thử nghiệm đức tin một cách tuyệt vời. Ba đứa con gái của tôi và một thanh niên đã được tìm thấy bị ngộ độc bởi khí carbon monoxide vào một buổi sáng thứ bảy. Ngay sau buổi lễ cầu nguyện tối thứ sáu. Có vẻ như họ không thể sống lại vì họ đã hít phải khí ga gần như cả đêm. Đôi mắt của họ đã được bật và họ đã có bong bóng trong miệng của họ. Cơ thể của họ không có bất kỳ sức mạnh, chẳng thấy một cử động nào và rã rời. Tôi đã nhờ thành viên tron Hội Thánh đặt họ trên sàn nhà thờ, dâng lên họ cho Chúa bằng một lời tạ ơn.

"Lạy cha, là Đức Chúa Trời của chúng con, chúng con cảm ơn Ngài. Ngài đã ban và cất họ đi. Cảm ơn Ngài vì con gái của con gặp nghịch cảnh này. Cảm ơn Ngài, Chúa ơi, xin Ngài hãy cất họ lên thiên đàng với Ngài, là nơi không có sự đau buồn, không có nước mắt, chiến tranh, hay sự đau khổ nào".

Ngay lúc đó, có một chàng thanh niên trẻ tuổi vừa mới là thành viên của Hội Thánh. Tôi đã hỏi chàng thanh niên này rằng, con hãy tiếp nhận Đức Chúa Trời, trong danh Chúa.

Sau khi cầu nguyện với Đức Chúa Trời. Trước hết, tôi tôi cầu nguyện cho một chàng thanh niên trẻ và sau đó, lần lượt cầu nguyện cho ba con gái của tôi. Tôi cứ cầu nguyện cho họ luôn luôn, một phép lạ đã xảy ra, cả bốn người đều đứng lên trong ý thức rõ ràng theo thứ tự tôi cầu nguyện cho họ.

Bởi vì lòng tôi thật sự tin cậy và yêu Chúa dường bao, tôi đã cầu nguyện với Đức Chúa Trời với một tấm lòng tạ ơn, với một tấm lòng vui mừng, không có sự trách móc, đau khổ hay tuyệt vọng ngay lúc đó, và Đức Chúa Trời đã thay đổi từ hoàn cảnh bi đát thành niềm vui mừng lớn lao trong phép lạ của Ngài. Các thành viên của chúng tôi có thể có đức tin lớn hơn thông qua vụ việc này. Đức tin của tôi cũng được Đức Chúa Trời nhận biết nhiều hơn và tôi nhận được sức mạnh lớn hơn từ Đức Chúa Trời.

Khi có một bài thử nghiệm về đức tin, nếu chúng ta cho thấy đức tin của chúng ta không thay đổi đối với Đức Chúa Trời, Đức Chúa Trời sẽ thừa nhận đức tin của chúng ta và ban thưởng cho chúng ta cùng các phước lành. Ngay cả ma quỷ dịch và sa tan cũng không thể buộc tội chúng ta nữa, vì họ cũng thấy đức tin của chúng ta là đức tin thật sự.

Từ đó, tôi có thể vượt qua mọi thử nghiệm trong cuộc đời tôi, luôn luôn gần Chúa với một tấm lòng chân thật và đức tin hoàn hảo. Mỗi lần, tôi nhận được sức sống, quyền năng từ Đức Chúa

Trời, lòng tôi khao khát rao giảng Phúc âm, và đi khắp thế gian để rao giảng Tin lành. Từ năm 2000 Đức Chúa Trời ban cho tôi có cơ hội liên kết với các cuộc thập tự chinh ở bên ngoài.

Năm 1982 khi tôi dâng lên cho Đức Chúa Trời sự kiêng ăn bốn mươi ngày, trước khi tổ chức ngày lễ khánh thành nhà thờ, Đức Chúa Trời đã nhậm lời tôi một cách hài lòng và ban cho tôi các sứ mạng truyền giáo thế giới và quản trị Hội Thánh. Thậm chí, sau năm năm hoặc mười năm. Tôi không thể nhìn thấy hay nhận ra bất cứ cách nào để hoàn thành sứ mạng mà Chúa giao phó. Tuy nhiên, tôi vẫn tin rằng Đức Chúa Trời sẽ giúp đỡ tôi và nhà truyền giáo và chúng tôi liên tục cầu nguyện cho sứ mạng này.

Mười bảy năm sau đó từ khi tổ chức lễ khánh thành nhà thờ. Đức Chúa Trời cứ ban phước cho chúng tôi, cho mục vụ truyền giáo, thập tự chinh quốc tế của chúng tôi không xiết kể. Chúng tôi khởi đầu tại Uganda, thập tự chinh tại Nhật Bản, Hiệp Chúng Quốc Hoa kỳ, , Ấn độ, Đu-bai, Nga, Đức, Pê-ru, Côn-go, Pa-kis-tan, Kê-nia, Phi-líp-pin, thậm chí là cả Y-sơ-ra-ên. Quả thật, đây là những nơi Tin lành không thể xảy ra tại các nơi này, nhưng khi Phúc âm đi đến đâu thì có nhiều người được cứu, được chữa lành, có những người theo đạo Hin-đu, đạo giáo khác đã trở nên Cơ đốc nhân. Mọi sự vinh hiển đều thuộc về Ngài.

Khi đúng thời điểm, Đức Chúa Trời phán bảo với chúng tôi

rằng hãy xuất bản nhiều quyển sách, các ấn phẩm ra nhiều ngôn ngữ khác nhau để rao giảng Phúc âm. Ngài cũng phán dặn chúng tôi thành lập kênh truyền hình Cơ đốc (GCN), gọi là Mạng lưới Cơ Đốc giáo toàn cầu (WCDN), và mạng lưới các bác sĩ, y sĩ Cơ đốc, mạng lưới bác Cơ Đốc thế giới. Tất cả là để truyền bá những công việc quyền năng quyền của Đức Chúa Trời trong Hội Thánh của chúng ta.

Thập tự chinh tại Pa-kis-tan

Đã có rất nhiều lần chúng tôi vượt qua niềm tin vào các cuộc thập tự chinh ở nước ngoài, nhưng tôi muốn nói về cuộc thập tự chinh của Pa-kis-tan nói riêng đã được tổ chức vào tháng 10 năm 2000. Vào ngày cuộc thập tự chinh thống nhất, chúng tôi đã có một hội nghị các bộ trưởng.

Mặc dù chúng tôi đã nhận được sự chấp thuận của chính phủ, địa điểm hội nghị đã bị đóng cửa khi chúng tôi đến đó vào buổi sáng. Phần lớn dân số của Pa-kis-tan là Hồi giáo. Có những mối đe dọa khủng bố chống lại cuộc họp Cơ Đốc giáo của chúng ta. Kể từ khi cuộc họp của chúng tôi được các phương tiện truyền thông công khai, người Hồi giáo đã cố gắng làm phiền cuộc thập tự chinh của chúng tôi. Đó là lý do tại sao chính phủ thay đổi thái độ của họ như vậy đột ngột, hủy bỏ sự cho phép sử dụng các địa điểm, và chặn những người đang đến tham dự hội nghị.

Tuy nhiên, tâm trí tôi đã không bị quấy rầy hoặc thậm chí ngạc nhiên. Thay vào đó, như tấm lòng tôi đã được thay đổi, tôi đã nói, "Hội nghị sẽ bắt đầu vào trưa ngày hôm nay "Tôi thú nhận niềm tin của tôi trong khi các cảnh sát vũ trang đang chặn các cổng và dường đi, dường như không có cơ hội thay đổi quan điểm của các quan chức chính phủ".

Đức Chúa Trời toàn năng, Ngài biết hết mọi điều, và Ngài chuẩn bị các bộ trưởng văn hóa và thể thao của chính phủ Pa-kis-tan có thể giải quyết vấn đề này. Ông ta đang ở Lahore để kinh doanh, và trong khi ông ta lên sân bay để trở lại Islamabad, ông ta nghe về tình hình của chúng tôi và gọi cho cảnh sát và các quan chức chính phủ tiểu bang, để cuộc họp có thể được tổ chức. Ông ta thậm chí còn trì hoãn khởi hành chuyến bay của mình để ông ta có thể đến và thăm quan địa điểm tổ chức hội nghị.

Qua những việc làm kỳ diệu của Đức Chúa Trời, cánh cửa truyền giáo đã được mở ra, và có nhiều người chạy đến với Ngài với một tấm lòng vui mừng. Họ ôm nhau và trút nước mắt ra khỏi cảm xúc và niềm vui sâu thẳm của họ, ngợi khen Đức Chúa Trời. Và, chính xác là vào buổi trưa. Ngày hôm sau, trong cuộc thập tự chinh, các việc làm vĩ đại quyền năng của Đức Chúa Trời đã được thể hiện ở giữa số người đông nhất trong lịch sử Cơ đốc giáo của Pa-kis-tan. Đức Chúa Trời cũng mở đường cho một công việc truyền giáo tại Trung Đông. Từ đó, chúng tôi dâng lên mọi vinh hiển cho

Đức Chúa Trời, hễ nơi nào chúng tôi đi, quốc gia nào chúng tôi đi, đều kết quả cho Ngài. Chìa khóa để nhận được quyền năng của Đức Chúa Trời đó là đức tin, một đức tin hoàn hảo, không nghi ngờ, không lay động trong mọi hoàn cảnh, có quyền năng của Đức Chúa Trời ở cùng chúng ta sẽ sống kết quả cho Ngài, và tất cả mọi nan đề của cuộc sống đều được Chúa vùa giúp.

Ngoài ra, mặc dù tai nạn, thiên tai, bệnh truyền nhiễm đang xảy ra, chúng ta có thể được Đức Chúa Trời bảo vệ nếu chúng ta có mối thông công mật thiết với Đức Chúa Trời qua đức tin trọn vẹn của chúng ta. Ngoài ra, ngay cả khi những người có thẩm quyền hoặc những người xấu xa cố gắng đưa bạn xuống dốc, hạ bạ xuống, nếu bạn chỉ có một tấm lòng chân chính và đức tin hoàn hảo, bạn sẽ có thể tôn cao Đức Chúa Trời như Đa-ni-ên được bảo vệ trong hang sư tử.

Phần đầu tiên của sách 2 Sử ký 16:9 "Vì con mắt của Đức Giê-hô-va soi xét khắp thế gian, đặng giúp sức cho kẻ nào có lòng trọn thành đối với Ngài. Trong việc nầy vua có cư xử cách dại dột, nên từ rày về sau vua sẽ có giặc giã". Cho dù con cái của Đức Chúa Trời phải đối diện rất nhiều vấn đề lớn hay vấn đề nhỏ trong cuộc sống của họ. Vào lúc đó, Đức Chúa Trời mong chờ họ nương cậy vào Ngài và cầu nguyện với một đức tin trọn vẹn. Trong Hê-bê-rơ 10: 22 "nên chúng ta hãy lấy lòng thật thà với đức tin đầy dẫy trọn vẹn, lòng được tưới sạch khỏi lương tâm xấu, thân thể rửa bằng nước trong, mà đến gần Chúa".

Tôi cầu nguyện trong Danh Đức Chúa Trời rằng, quý ông bà anh chị em sẽ hiểu được những nguyên tắc và đến gần Đức Chúa Trời với một tấm lòng chân thật và một đức tin trọn vẹn, hoàn hảo. Chính vì lẽ đó, anh chị em mới có thể nhận được sự đáp lời và những phước lành từ Thiên Chúa qua lời cầu nguyện, cầu xin.

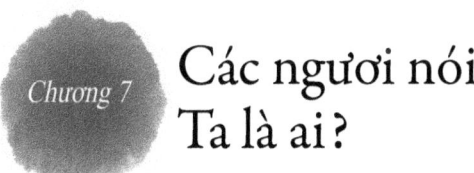

Chương 7: Các ngươi nói Ta là ai?

> Ngài là Đức Chúa Giê-su Christ, là con của Đức Chúa Trời hằng sống. Nếu bạn ăn năn một cách thật lòng từ tận sâu thẳm tấm lòng của bạn, Đức Chúa Trời ban phước cho những ai ăn năn thật sự.

Tầm quan trọng của việc tự xưng tội mình ra

Phi-e-rơ đã bước đi trên mặt nước

Phi-e-rơ nhận chìa khóa của thiên đàng

Lý do tại sao Phi-e-rơ lại nhận được phước lành kỳ diệu

Nếu bạn tin Chúa Giê-su là Đấng cứu chuộc thì hãy sống làm theo Lời Chúa

Nhận câu trả lời trước Chúa Giê-su

Nhận được sự đáp lời từ sự xưng tội ra

Ngài phán rằng: Còn các ngươi thì xưng ta là ai? 16 Si-môn Phi-e-rơ thưa rằng: Chúa là Đấng Christ, Con Đức Chúa Trời hằng sống.(n) 17 Bấy giờ, Đức Chúa Jêsus phán cùng người rằng: Hỡi Si-môn, con Giô-na, ngươi có phước đó; vì chẳng phải thịt và huyết tỏ cho ngươi biết điều nầy đâu, bèn là Cha ta ở trên trời vậy. 18 Còn ta, ta bảo ngươi rằng: Ngươi là Phi-e-rơ, ta sẽ lập Hội thánh ta trên đá nầy, các cửa âm phủ chẳng thắng được hội đó. 19 Ta sẽ giao chìa khóa nước thiên đàng cho ngươi; hễ điều gì mà ngươi buộc dưới đất, thì cũng sẽ phải buộc ở trên trời, và điều gì mà ngươi mở dưới đất, thì cũng sẽ được mở ở trên trời.

(Ma-thi-ơ 16:15-19)

Một số cặp vợ chồng hiếm khi nói "Anh yêu em hay em yêu anh", vì cuộc sống hôn nhân của họ. Nếu chúng tôi hỏi họ, họ có thể nói tấm lòng là quan trọng, và họ không thực sự phải nói nó mọi lúc. Tất nhiên, tấm lòng quan trọng hơn là chỉ thú nhận nhận điều đó và nói ra. Cho dù chúng ta có yêu thương nhau bao nhiêu lần, nếu chúng ta không yêu từ tấm lòng chân thật của chúng ta, thì những lời đó là vô dụng. Nhưng sẽ không tốt hơn nếu chúng ta có thể thú nhận những gì chúng ta có trong tấm lòng của chúng ta? Về tinh thần, nó là như nhau.

Tầm quan trọng của miệng xưng tội

Rô-ma 10:10 "vì tin bởi trong lòng mà được sự công bình, còn bởi miệng làm chứng mà được sự cứu rỗi". Tất nhiên, trong câu này muốn nhấn mạnh về niềm tin trong tấm lòng của chúng ta cái gì?. Chúng ta sẽ không được cứu nếu miệng không xưng tội, "Tôi tin" nhưng chỉ tin từ tấm lòng.

Tuy nhiên, chúng ta vẫn phải xưng tội bằng môi miếng của chúng ta những gì mà chúng ta tin từ trong tấm lòng. Tại sao? Nghĩa là việc xưng tội bằng môi miếng của mình nói cho chúng ta biết rằng; đó là tâm quang trọng của một hành động dẫn đến ăn năn thật. Những ai thú nhận rằng họ tin tưởng, nhưng chỉ làm như vậy bằng môi miệng mà không tin vào tấm lòng mình thì không thể chứng minh đức tin của họ, đó là hành động hay là hành vi của họ.

Nhưng những ai có tấm lòng tin thật sự và thú nhận nó bằng môi miếng của họ, cho thấy bằng chứng đức tin của họ với hành động của họ. Cụ thể, họ sẽ làm theo những gì Đức Chúa Trời làm, học theo tấm gương của Chúa, không làm theo những gì mà Đức Chúa Trời không làm, không phán bảo, giữ những gì mà Đức Chúa phán bảo phải giữ, và quăng xa, từ bỏ những điều xấu mà Đức Chúa Trời ghét.

Đó là lý do tại sao Gia-cơ đã miêu tả trong Gia-cơ 2:22 "Thế thì, ngươi thấy đức tin đồng công với việc làm, và nhờ việc làm mà đức tin được trọn vẹn". Ma-thi-ơ 7:21 "Chẳng phải hễ những kẻ nói cùng ta rằng: Lạy Chúa, lạy Chúa, thì đều được vào nước thiên đàng đâu; nhưng chỉ kẻ làm theo ý muốn của Cha ta ở trên trời mà thôi".

Cụ thể, đây là phương cách chỉ ra cho chúng cách để chúng ta được cứu, chỉ duy nhất là làm theo ý muốn của Đức Chúa Trời. Nếu bạn đặt để một thái độ ăn năn thật lòng thì bạn sẽ gặt hái được những việc làm thiết thực. Đức Chúa Trời nhìn thấy sự ăn năn thật của bạn, Ngài sẽ đáp lời cầu xin của bạn và dẫn bạn vào mọi con đường của phước hạnh. Trong Ma-thi-ơ 16: 15-19 "Ngài phán rằng: Còn các ngươi thì xưng ta là ai? 16 Si-môn Phi-e-rơ thưa rằng: Chúa là Đấng Christ, Con Đức Chúa Trời hằng sống. (n) 17 Bấy giờ, Đức Chúa Jêsus phán cùng người rằng: Hỡi Si-môn, con Giô-na, ngươi có phước đó; vì chẳng phải thịt và huyết tỏ cho ngươi biết điều nầy đâu, bèn là Cha ta ở trên trời vậy. 18 Còn ta, ta bảo ngươi rằng: Ngươi là Phi-e-rơ, ta sẽ lập Hội thánh ta trên đá nầy, các cửa âm phủ chẳng thắng được hội đó. 19 Ta sẽ giao chìa khóa nước thiên đàng cho ngươi; hễ điều gì mà ngươi buộc dưới đất, thì cũng sẽ phải buộc ở trên trời, và điều gì mà ngươi mở dưới đất, thì cũng sẽ được mở ở trên trời".

Chúa Giê-su hỏi các môn đồ của Ngài rằng; các người nói ta là ai? Phi-e-rơ thưa rằng; Ngài là Chúa Giê-su Christ, con của Đấng hằng sống. Làm thế nào mà Phi-e-rơ có thể nói một lời tuyên xưng tuyệt diệu về đức tin?. Trong Ma-thi-ơ chương 14, chúng ta đọc về một hoàn cảnh nơi mà Phi-e-rơ đã tuyên xưng đức tin, Phi-e-rơ đã bước đi trên mặt nước với Chúa Giê-su.

Phi-e-rơ bước đi trên mặt nước

Vào thời điểm đó, Chúa Jêsus đã cầu nguyện một mình trên núi, và vào giữa ban đêm, Ngài xuất hiện với các môn đồ của Ngài trên thuyền trong hoàn cảnh đang bị gió mạnh vùi dập con thuyền. Các môn đã nghĩ rằng Ngài chính là ma. Chỉ cần tưởng tượng một sinh vật ở đêm tối đang đến gần bạn ở giữa biển! Các môn đệ kêu lên vì sợ hãi, Ma-thi-ơ 14: 24-29 "Bấy giờ, thuyền đã ra giữa biển rồi, vì gió ngược, nên bị sóng vỗ. 25 Song đến canh tư đêm ấy, Đức Chúa Jêsus đi bộ trên mặt biển mà đến cùng môn đồ. 26 Khi thấy Ngài đi bộ trên mặt biển, thì môn đồ bối rối mà nói rằng: Ấy là một con ma; rồi sợ hãi mà la lên. 27 Nhưng Đức Chúa Jêsus liền phán rằng: Các ngươi hãy yên lòng; ấy là ta đây, đừng sợ! 28 Phi-e-rơ bèn thưa rằng: Lạy Chúa, nếu phải Chúa, xin khiến tôi đi trên mặt nước mà đến cùng Chúa. 29 Ngài phán rằng: Hãy lại đây! Phi-e-rơ ở trên thuyền bước xuống, đi bộ trên mặt nước mà đến cùng Đức Chúa Jêsus". Rồi Phi-e-rơ ra khỏi thuyền, đi trên mặt nước mà đến cùng Đức Chúa Jêsus.

Dẫu Phi-e-rơ không thể bước đi trên mặt nước, nhưng bởi đức tin chắc chắn, Phi-e-rơ có thể bước đi trên mặt nước. Chúng ta có thể hiểu được yếu tố làm cho các môn đồ sợ hãi, là bởi vì tàu của họ chuẩn bị chìm bởi một cơn gió rất mạnh. Chúa Giê-su giơ tay ra nắm lấy người và nói rằng: Hỡi người ít đức tin, sao người hồ nghi làm vậy? Nếu không phải một đức tin hoàn hảo, làm thế nào mà Phi-e-rơ có thể đi trên mặt nước vậy?.

Mặc dầu đức tin của Phi-e-rơ chưa được trọn vẹn nhưng ông ta đã tin Chúa Giê-su là con của Đức Chúa Trời, tuyên xưng Chúa Giê-su là con của Đức Chúa Trời với một tấm lòng chân thật và nhận thức đúng đắn về Ngài. Cho nên, ông ta mới có thể đi trên mặt nước.Tại điểm này, chúng ta có thể nhận ra một cái gì đó rất quan trọng: điều quan trọng là chúng ta miệng xưng tội mình ra trước mặt Ngài và tin nhận Ngài, chấp nhận Ngài.

Trước khi Phi-e-rơ bước đi trên mặt nước, Phi-e-rơ xưng tội mình, "Lạy Chúa, nếu phải Chúa, xin khiến tôi đi trên mặt nước đến cùng Chúa. Tất nhiên, chúng ta không thể nói lời xưng tội này là hoàn toàn. Nếu ông ta đã tin Đức Chúa Trời tuyệt đối thì ông ta sẽ xưng tội, "Lạy Chúa, Ngài có thể làm tất cả mọi điều. Hãy phán với tôi đi cùng Ngài trên mặt nước.

Nhưng, khi đức tin của Phi-e-rơ chưa được bày tỏ trọn vẹn, ông ta nói, "Lạy Chúa, nếu phải Chúa. Ông ta đã hỏi xin xác nhận. Tuy nhiên, Phi-e-rơ đã được phân biệt điều này so với môn đệ khác trên thuyền bằng cách nói điều này.

Ông ta đã xưng tội về đức tin của mình ngay khi ông ta nhận ra Chúa Giê-su trong khi các môn đồ khác đang khóc vì sợ hãi. Khi Phi-e-rơ tin và công nhận Chúa Giê-su và xưng tội mình với một tấm lòng ăn năn thật trước mặt Đức Chúa Trời. Phi-e-rơ đã trải nghiệm được một điều kỳ diệu mà không thể thực hiện được bởi khả năng,sự khôn ngoan , niềm tin và quyền lực của mình là bước đi trên mặt nước.

Phi-e-rơ nhận được chìa khóa của thiên đàng

Thông qua kinh nghiệm ở trên, Phi-e-rơ cuối cùng đã thực hiện một lời xưng tội hoàn hảo về đức tin của mình. Ma-thi-ơ 16:16 "Si-môn Phi-e-rơ thưa rằng: Chúa là Đấng Christ, Con Đức Chúa Trời hằng sống". Đây là một hình thức xưng tội khác với lời xưng tội của người mà anh ta đã thực hiện vào lúc đi trên mặt nước. Trong thời gian thi hành chức vụ, chẳng có một người nào tin nhận Ngài và nhận ra Ngài chính là Đấng Mê-si-a. Có một số người ghen tị và cố gắng tìm cách để giết Ngài. Ngay cả những người đã phán xét và lên án Ngài đã đưa ra những tin đồn giả dối như "Ông ta là một kẻ điên", Ông ta là con của quỷ vì ông ta có khả năng đuổi quỷ.

Tuy nhiên, trong Ma-thi-ơ 16:13 Ngài bèn hỏi môn đồ mà rằng; theo lời người ta nói thì Con người là ai? Môn đồ thưa rằng: Người nói là Giăng Báp-tít, kẻ nói là Ê-li, kẻ khác lại nói là Giê-rê-mi, hay là một đấng tiên tri nào đó. Cũng có tin đồn xấu về Chúa Giê-su, nhưng các môn đồ không đề cập đến họ, nhưng chỉ nói về những điều tốt đẹp để họ có thể khuyến khích Chúa Giê-su.

Bây giờ Chúa Giê-su lại hỏi các môn đồ rằng; Các người nói ta là ai? người đầu tiên trả lời đó là chính là Phi-e-rơ. Phi-e-rơ nói trong Ma-thi-ơ 16:16, " Chúa là Đấng Christ, con Đức Chúa Trời hằng sống" Chúa Giê-su phán với Phi-e-rơ, Hỡi Si-môn, con Giô-na, ngươi có phước.

Ma-thi-ơ 16:17 "Bấy giờ, Đức Chúa Jêsus phán cùng người rằng: Hỡi Si-môn, con Giô-na, ngươi có phước đó; vì chẳng phải thịt và huyết tỏ cho ngươi biết điều nầy đâu, bèn là Cha ta ở trên trời vậy". Ma-thi-ơ 16:18-19 "Còn ta, ta bảo ngươi rằng: Ngươi là Phi-e-rơ, ta sẽ lập Hội thánh ta trên đá nầy, các cửa âm phủ chẳng thắng được hội đó. 19 Ta sẽ giao chìa khóa nước thiên đàng cho ngươi; hễ điều gì mà ngươi buộc dưới đất, thì cũng sẽ phải buộc ở trên trời, và điều gì mà ngươi mở dưới đất, thì cũng sẽ được mở ở trên trời".

Phi-e-rơ đã nhận được phước lành từ Đức Chúa Trời và trở nên nền đá góc nhà của Hội Thánh, và có tất cả năng quyền của thế giới vật chất và thế giới thuộc linh. Đó là những điều kỳ diệu đã xảy ra cho Phi-e-rơ vào những thời điểm sau; Những người đàn ông què đi đến đi, người chết đã được phục hồi, và hàng ngàn người đã hối cải cùng một lúc.

Cũng vậy, khi Phi-e-rơ quở trách vợ chồng A-na-nia và Sa-phi-ra vì đã phạm tội với Đức Thánh Linh, họ chết ngay lập tức (Công vụ 5:1-11). Tất cả những điều này đều có thể xảy ra, bởi vì sứ đồ Phi-e-rơ có thẩm quyền để bất cứ điều gì Ngài buộc trên đất đều bị trói buộc trên thiên đàng, và bất cứ gì Ngài để trên thế gian sẽ bị truất xuống khỏi trên thiên đàng.

Lý do tại sao Phi-e-rơ nhận được phước lành kỳ diệu như vậy

Lý do nào mà Phi-e-rơ nhận được phước lành kỳ diệu đến như vậy? Trong thời gian ở với Chúa, bước đi theo Chúa, được Chúa dạy dỗ, Phi-e-rơ đã chứng kiến nhiều phép lạ, công việc năng quyền mà Chúa Giê-su thi hành khi ở tại thế, chứng kiến những công việc không thể làm bởi sự khôn ngoan và sức lực của con người. Vậy, những người tin Chúa thật sự họ nghĩ Chúa là ai? Có phải là con của Đức Chúa Trời là Đấng đến từ thiên đàng không?.

Mặc dù chứng kiến những công việc Chúa làm, những phép lạ Chúa Giê-su thi hành, vẫn có nhiều người trong thời gian lúc bấy giờ không nhận ra Ngài là ai. Thậm chí, các thầy thông giáo, các thầy tế lễ, người Pha-ri-si, các nhà lãnh đạo khác họ không muốn nhận ra Ngài, chấp nhận Ngài.

Nhưng thay vì một số đã ganh tị và ghen ghét Ngài và cố gắng giết Ngài. Còn những người khác phán xét và lên án Ngài theo tư tưởng của mình. Chúa Giê-su cảm thấy họ vô cùng đáng thương, Chúa phán trong Giăng 10: 25-26 "Đức Chúa Jêsus đáp rằng: Ta đã bảo các ngươi, mà các ngươi không tin; những việc ta nhân danh Cha ta mà làm đều làm chứng cho ta. 26 Nhưng các ngươi không tin ta, vì các ngươi chẳng phải là chiên của ta".

Ngay cả vào thời của Chúa Jêsus, có nhiều người phán xét và lên án Ngài và cố gắng tìm cách để giết Ngài. Tuy nhiên, các môn đệ của Ngài, là những người đã thường xuyên quan sát Ngài, Tất nhiên, không phải tất cả các môn đồ đều tin và tuyên xưng Giê-su là Con Đức Chúa Trời và Đấng Christ trong lòng họ. Nhưng họ đã tin và chấp nhận Chúa Giê-su. Phi-e-rơ nói; "Chúa là Đấng Christ, con Đức Chúa Trời hằng sống".

Làm theo lời Chúa nếu bạn tin Chúa Giê-su là Đấng cứu chuộc của bạn.

Một số người nói rằng; "Tôi tin" Chỉ vì người khác nói với họ rằng chúng ta được cứu nếu chúng ta tin vào Chúa Jêsus và chúng ta có thể được chữa lành và nhận được phước lành nếu chúng ta đi nhà thờ. Tất nhiên, khi lần đầu tiên bạn đến nhà thờ, rất có thể bạn không đến nhà thờ vì bạn đã biết đủ và tin tưởng đủ. Khi nghe nói rằng họ sẽ được phước và được cứu nếu họ tham gia đi nhóm, có rất nhiều người suy nghĩ, "Tại sao tôi không thể điều này?.

Nhưng bất kể lý do gì bạn đã đến nhà thờ, sau khi nhìn thấy những công việc kỳ diệu của Đức Chúa Trời, bạn đừng bao giờ nên có cái suy nghĩ như trước kia nữa. Tôi nói rằng, bạn không nên chỉ xưng tôi bằng môi miếng của bạn, bạn tin mà trong khi không có đức tin, nhưng bạn nên chấp nhận Chúa Giê-su Christ làm Cứu Chúa của bạn và chia sẻ tình yêu của Chúa Giê-su cho người khác thông qua hành động thiết thực của bạn.

Trong trường hợp của tôi, tôi đã sống một cuộc đời hoàn toàn khác từ khi tôi gặp được Đức Chúa Trời hằng sống và tin nhận Ngài là Chúa Giê-su là Đấng cứu chuộc. Tôi tin Đức Chúa Trời và Đức Chúa Giê-su là Đấng cứu chuộc.

Cả cuộc đời tôi, tôi luôn luôn biết ơn Chúa và vâng lời Lời của Ngài. Tôi không nhấn mạnh vào suy nghĩ, lý thuyết hay quan điểm của tôi, nhưng chỉ dựa vào Đức Chúa Trời, chỉ một mình Ngài, Ngài là tất cả trong tôi. Như trong Châm ngôn 3:6 "Phàm trong các việc làm của con, khá nhận biết Ngài, Thì Ngài sẽ chỉ dẫn các nẻo của con". Bởi vì Đức tôi biết ơn Ngài, vì tôi có Ngài là tôi có tất cả, Đức Chúa Trời đã ban phước cho tôi và hướng dẫn tôi trong mọi bước đường tôi đi.

Tôi cảm tạ Chúa, vì tôi được nhận những ơn phước kỳ diệu từ Đức Chúa Trời giống như Phi-e-rơ đã nhận được. Chúa Giê-su nói với Phi-e-rơ rằng; hễ điều gì mà ngươi buộc dưới đất, thì cũng sẽ buộc ở trên trời, và điều gì mà ngươi mở dưới đất, thì cũng sẽ được mở ở trên trời". Đức Chúa Trời đáp lời lại những gì tôi đã tin và đã yêu cầu.

Tôi tin nhận Chúa và tôi đã từ bỏ tất cả những sự ác theo Lời của Đức Chúa Trời dạy bảo. Tôi sống làm theo Lời của Đức Chúa Trời, và tôi đã đạt được sự thánh khiết, Ngài ban cho tôi năng quyền để chữa bệnh, tôi cầu nguyện đặt tay cho người bệnh, người bệnh liền khỏi, bệnh tật được lui đi. Tôi cầu nguyện cho các gia đình Cơ đốc, cầu nguyện cho việc kinh doanh của họ, mọi vấn đề, nan đề trong kinh doanh, chuyện đổ trong gia đình đều được giải quyết. Tôi tin cậy Chúa hoàn toàn, tôi xưng tội trước mặt Ngài, tôi sống làm theo Lời của Ngài mỗi ngày, Ngài thấy điều đó là đẹp lòng, Ngài làm thành mọi điều tôi ước ao và ban cho tôi sự sống thịnh vượng cả tâm linh và thể xác.

Nhận được sự đáp lời trước Chúa Giê-su

Trong Kinh Thánh, chúng ta thấy được có nhiều người đã đến với Chúa Giê-su, và tất cả mọi bệnh tật, mọi nan đề của họ đều được chữa lành và giải quyết. Tình yêu thương của Chúa

Giê-su không phân biệt người ngoại, hay người Gờ-réc, hoặc người Do Thái, hễ ai tin nhận Chúa với một tấm lòng chân thật thì Ngài sẽ lắng nghe lời cầu nguyện của họ.

Nhưng bên cạnh đó, chính dân tuyển của Ngài là dân Do thái, họ cũng tin Chúa, nhưng vấn đề, mọi bệnh tật của họ không được chữa lành, hay sự đáp lời của họ theo lượng đức tin của họ. Có một số người Do Thái, họ có đức tin ở Chúa. Họ đã được lành bệnh tật và bệnh tật và các vấn đề của họ đã được giải quyết khi họ đến trước mặt Chúa Giê-su. Đó là bởi vì họ tin và công nhận Chúa Giê-su và dám hành động bày tỏ đức tin của mình.

Và đó là lý do tại sao có nhiều người đã cố gắng đến trước mặt Chúa Giê-su và thậm chí cố đụng, rờ áo của Ngài là bởi vì họ có đức tin ở nơi Chúa Giê-su, tin Ngài có thể chữa lành mọi bệnh tật của họ và giúp họ giải quyết những vấn đề bế tắc. Họ sẽ không nhận được sự đáp lời về những vấn đề mà họ cầu xin theo đức tin của họ nhưng họ có thể nhận được sự đáp lời khi họ tin và nhận biết Ngài, đến trước mặt Chúa Giê-su.

Còn bạn thì sao? Nếu bạn thật sự tin Chúa Giê-su Christ và nói rằng, "Chúa là Đấng Christ, con Đức Chúa Trời hằng sống" Đức Chúa Trời sẽ đáp lời của bạn, và nhìn thấy tấm lòng của bạn.

Tất nhiên, việc xưng tội về đức tin của những người đã từng đến nhà thờ trong một khoảng thời gian nào đó nên khác với những tín đồ mới. Đó là vì Đức Chúa Trời yêu cầu những hình thức xưng tội khác nhau của môi miếng từ những người khác nhau tùy theo đức tin của mỗi cá nhân. Như là sự nhận thức của một em bé 4 tuổi khác với một người lớn đã trưởng thành, mức độ xưng tội của họ cũng khác nhau. Tuy nhiên, bạn không thể nhận ra những điều này một mình hoặc chỉ nghe về nó từ người khác và nhận ra. Đức Thánh Linh ở trong bạn, sẽ cho bạn hiểu và phải xưng tội như thế nào để đẹp lòng Ngài.

Nhận được sự đáp lời từ môi miếng xưng tội

Trong Kinh Thánh, có nhiều người là những người đã nhận được những câu trả lời bằng hành động xưng tội bởi đức tin. Trong Lu-ca chương 18, có một người mù đã tin nhận Ngài và nhận biết Ngài là Đức Chúa Trời, và đến trước mặt Ngài mà xưng tội, " Lạy Chúa, xin cho tôi được sáng mắt lại". Đức Chúa Giê-su phán rằng: Hãy sáng mắt lại; đức tin của ngươi đã chữa lành ngươi, tức thì người sáng mắt.

Khi họ tin, nhận ra Ngài, đến trước mặt Chúa Giê-su và lấy đức tin mà xưng tội mình ra. Chúa Giê-su là Đấng có tiếng phán quyền năng, Ngài là chính là Đức Chúa Trời, nghe tiếng phán của Ngài tất cả mọi bệnh tật đều sợ hãi, mọi vấn đề đều tan biến, người bệnh đều được chữa lành bởi tiếng phán của Ngài.

Nhưng điều đó không có nghĩa là Ngài sẽ giúp chúng ta giải quyết mọi vấn đề hay trả lời bất kỳ yêu cầu nào mà chúng ta cầu nguyện. Sẽ không công bằng nếu đáp lời của những người mà không tin, không nhận ra Ngài, và không tâm đến Ngài. Tương tự như vậy, ngay cả khi Phi-e-rơ tin và nhận ra Chúa trong tấm lòng của mình, nếu ông không xưng tội bằng đôi môi của mình, liệu Chúa Giê-su vẫn tiếp tục cho Phi-e-rơ những ơn lành kỳ diệu đó?.

Nếu bạn mong muốn tham gia vào mục vụ của Đức Thánh Linh thì hãy trở nên như Phi-e-rơ đã làm cho Chúa Giê-su, bạn cần phải ăn năn, xưng tội với một tấm lòng chân thật. Bạn sẽ nhanh chóng nhận được những điều bạn ước ao.

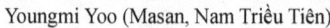

Youngmi Yoo (Masan, Nam Triều Tiên)

Bệnh không được mời và không quen thuộc đã đến với tôi trong một ngày.

Vào giữa tháng giêng năm 2005, mắt trái của tôi đột nhiên bắt đầu mờ và mắt nhìn hai mắt suy yếu. Các vật thể trông mơ hồ hoặc gần như vô hình. Nhiều vật thể dường như có màu vàng và đường thẳng xuất hiện cong và vẫy. Vẫn còn tồi tệ hơn, nôn mửa và chóng mặt.

Bác sĩ nói với tôi: "Đó là Bệnh Harada. Các đối tượng trông lùm xùm vì có ít vết sẹo trong mắt của ông. Bác sĩ nói nguyên nhân của căn bệnh vẫn chưa được biết và thị lực không dễ hồi phục khi được điều trị y tế. Nếu các khối u tăng lên, chúng sẽ bao gồm các dây thần kinh của mắt và nó sẽ làm cho tôi bị mất thị lực. Tôi bắt đầu nhìn lại bản thân mình trong sự cầu nguyện. Sau đó, tôi đã trở nên khá biết ơn rằng tôi sẽ vẫn kiêu ngạo trừ khi tôi có vấn để đó.

Sau đó, qua lời cầu nguyện của Mục sư Tiến sĩ Jaerock Lee trên

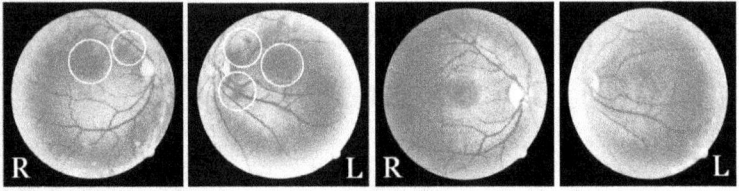

chương trình truyền hình và với khăn tay cầu nguyện mà ông đã cầu nguyện, sự chóng mặt và nôn của tôi đã biến mất. "Thần kinh mắt chết, đã hồi sinh! Ánh sáng lại đến với tôi"

Sau đó, tôi có thể tắt cả mọi chương trình trên TV một cách hoàn hảo. Các phụ đề của phim hay bất cứ chương trình nào trên TV nhìn rất rõ ràng. Tôi có thể tập trung vào những gì tôi muốn nhìn thấy, và các đối tượng đã không có vẻ mơ hồ nữa. Trở nên sáng bừng lên, chẳng có thấy mờ nữa, Ha-lê-lu-gia. Cảm tạ ơn Chúa.

Vào ngày 14 tháng 2, tôi đã đi kiểm tra lại để xác minh sự chữa lành của tôi và tôn vinh Đức Chúa Trời. Bác sĩ nói, "Tuyệt vời! Đôi mắt của ông đã trở lại bình thường. Bác sĩ là người biết rõ ràng nhất về tình trạng đôi mắt của tôi, nhưng giờ đây ông ta vô cùng ngạc nhiên vì tôi đã nhìn thấy lại một cách phi thường. Sau một cuộc kiểm tra

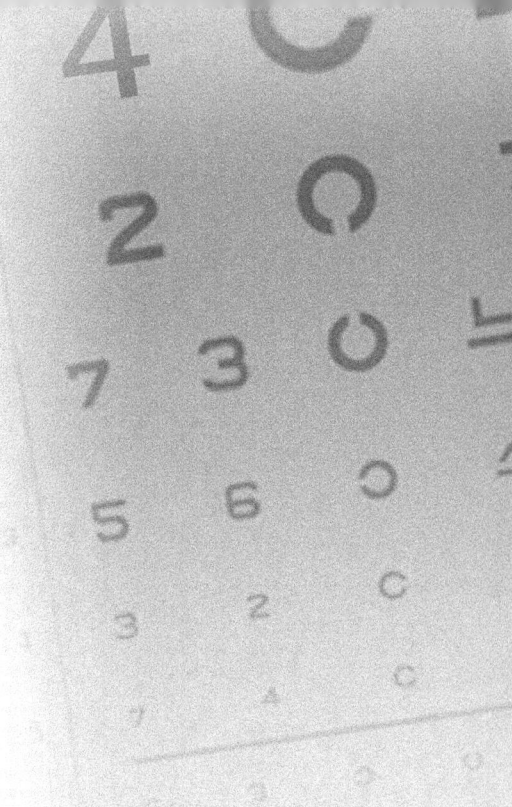

chặt chẽ, ông xác nhận rằng các khối u biến mất và sưng tấy đã biến mất. Ông bác sĩ đã hỏi tôi, liệu tôi có được điều trị y khoa tại một bệnh viện khác hay không. Tôi đã cho anh ta một câu trả lời rõ ràng. Không, tôi chỉ được chữa lành qua lời cầu nguyện của tiến sĩ Lee và được chữa lành bởi năng quyền của Đức Chúa Trời.

Thị giác của tôi đã từng là 0,8 / 0,25 trước khi tôi nhận được lời cầu nguyện, nhưng nó đã được cải tiến để hiển thị 1,0 / 1,0 sau khi cầu nguyện. Bây giờ, thị giác cả hai đôi mắt của tôi là 1,2.

Trích từ những câu chuyện phi thường.

Các con muốn ta làm gì cho các con?

> Anh em muốn Ta làm gì cho anh em?
> Lời hứa của Đức Chúa Trời sẽ được thực hiện cho người nào đã tin

Chúa Giê-su phán "Các con muốn ta làm gì cho các con"

Ngài có tiếng phán năng quyền"

Để nhận được câu trả lời từ nguồn gốc của tiếng phán

Hãy tin Đức Chúa Giê-su hết tấm lòng của bạn

Khẩn thiết cầu xin Đức Chúa Trời

Một đức tin hoàn hảo không giống như cơn sóng

Hãy vứt áo choàng của bạn

Đức Chúa Trời lắng nghe sự xưng tội bởi đức tin

"Ngươi muốn ta làm gì cho? Thưa rằng: Lạy Chúa, xin cho tôi được sáng mắt lại"

(Lu-ca 18:41)

Bất cứ ai cũng có thể nhận được sự đáp lời của Chúa trong mọi vấn đề mà mình cầu xin bằng đức tin chân thật của mình. Bởi vì Đức Chúa Trời là Đấng nhân từ, tốt lành, Ngài luôn ban những điều tốt nhất cho con cái của Ngài. Ma-thi-ơ 1:11 "Giô-si-a đang khi bị đày qua nước Ba-by-lôn sanh Giê-chô-nia và anh em người". Lý do tại sao Đức Chúa Trời đã tạo điều kiện để nhận được câu trả lời trong công lý của Ngài, là để cho những đứa con yêu dấu của Ngài nhận được phước lành dồi dào. Đức Chúa Trời không thiết lập điều kiện mà con cái của Ngài không nhận được "Ta không thể cho ngươi, vì ngươi không đủ tiêu chuẩn".

Nhận được sự đáp lời từ tiếng phán lớn.

Trong Lu-ca chương 18, cho chúng ta thấy được đức tin của người mù, là người đã được tiếng phán quyền năng đáp lời để chữa lành bệnh mù cho anh ta. Khi Đức Chúa Giê-su đi ngang qua, người mù bằng kêu lên rằng, "Lạy Giê-su, con vua Đa-vít, xin thương xót tôi cùng! Những người lãnh đạo ở đó bảo anh ta hãy im lặng, nhưng anh ta cứ khóc nhiều hơn nữa. "Con vua Đa-vít, xin thương xót tôi cùng".

Chúa Giê-su dừng lại và truyền đem người đến, Ngài hỏi "Người muốn ta làm gì cho ngươi?" Người mù này đáp, " Lạy Chúa, xin cho tôi được sáng mắt lại" và Đức Chúa Giê-su phán rằng: Hãy sáng mắt lại; đức tin của ngươi đã chữa lành ngươi. Tức thì người sáng mắt lại, khi đoàn dân thấy vậy, bèn tôn cao danh Ngài.

Khi Đức Chúa Giê-su phán rằng: "Ngươi muốn ta làm gì cho ngươi? Điều này có nghĩa là Ngài chính là Đức Chúa Trời, Ngài là Đấng có tiếng nói lớn. Khi người mù này nói, "Lạy Chúa, xin cho tôi được sáng mắt lại" và Đức Chúa Giê-su phán, "Đức tin của ngươi đã chữa lành ngươi", đây là nguồn gốc của tiếng lớn.

Nguồn gốc tiếng phán quyền năng chính là Đức Chúa Trời, chính Ngài đã phán liền có thiên đàng và trái đất, cùng hết thảy mọi vận vật trên thế gian này được tạo ra bởi tiếng phán của Ngài. Người mù này cũng được chữa lành bở tiếng phán quyền năng của Chúa Giê-su. Ở điểm này, để tôi giải thích lý do tại sao người mù này được chữa lành.

Có một tấm lòng tin cậy Chúa Giê-su hết lòng

Đức Chúa Giê-su đi khắp các thành, các làng rao giảng nước Đước Chúa Trời đã đến và Ngài làm những dấu lạ, phép lạ. Kẻ què được đi, kẻ câm được nói, kẻ điếc được nghe, kẻ mù được sáng, Ngài đuổi quỷ, các tà ma. Tin Ngài đồn ra khắp thiên hạ, mọi người khắp các vùng tìm đến Ngài và bao vây Ngài, đoàn dân theo Ngài bất cứ nơi nào Chúa đi.

Một ngày nọ, Khi Chúa Giê-su đi đến thành Giê-ri-cô. Thông thường thì có nhiều người đi theo Ngài, tụ họp bên Chúa Giê-su. Ngay lúc này, cũng có một người ngồi xin ở bên đường, nghe đoàn dân đi qua, bèn hỏi chuyện gì đang xảy ra đó. Người ta trả lời rằng: Ấy là Giê-su, người Na-xa-rét đi qua". Sau đó, người mù bèn kêu lên rằng: Lạy Chúa Giê-su, con vua Đa-vít, xin thương xót tôi cùng".

Đó là lý do tại sao người mù này cứ kêu lớn tiếng khi anh ta gặp Chúa Giê-su bởi vì anh ta tin chắc rằng chỉ có Chúa Giê-su có thể chữa lành bệnh của anh ta. Noài ra, một điều dễ hiểu là anh ta tin Chúa Giê-su là Đấng cứu chuộc nhân loại, anh ta kêu lên rằng; Lạy Chúa Giê-su, con vua Đa-vít.

Đó là vì tất cả mọi người Y-sơ-ra-nên để biết Đấng Mê-si sẽ đến từ dòng dõi Đa-vít. Lý do trước nhất mà người mù này có thể nhận được sự đáp lời của Chúa, vì anh ta tin và chấp nhận

Chúa Giê-su là Đấng cứu rỗi, và anh ta cũng tin Chúa Giê-su có thể làm cho anh ta sáng mắt lại. Mặc dù người mù này không thể nhìn thấy được, nhưng anh ta đã nghe nhiều về tin tức của Chúa Giê-su, anh ta đã nghe đám đông nói Chúa Giê-su đã đến, và Ngài có quyền năng, Chúa Giê-su giải quyết mọi nan đề, vấn đề của con người, vấn đề mà không có con người nào có thể làm được. Trong Rô-ma 10:17 "Như vậy, đức tin đến bởi sự người ta nghe, mà người ta nghe, là khi lời của Đấng Christ được rao giảng". Tương tự, nếu chúng ta có một tấm lòng nhân từ, chúng ta sẽ dễ dàng lắng nghe được tiếng nói của Đức Thánh Linh, nghe được Phúc âm. Phúc âm là "tin tức tốt lành" và tin tức về Chúa Giê-su là tin tức tốt lành.

Vì vậy, hễ ai có một tấm lòng nhân từ thí sẽ nhận được Phúc âm. Ví dụ, khi một ai đó nói "Tôi được chữa lành qua sự cầu nguyện" lòng họ sẽ tràn đầy niềm vui. Tin tức tốt lành đem đến chân lý và sự cứu rỗi thật cho chúng ta.

Càng có nhiều người xấu xa, họ càng nghi ngờ và cố gắng không tin vào điều đó. Một số thậm chí đánh giá hoặc lên án, nói rằng: Họ đang làm điều đó để lừa người dân. Nhưng nếu họ nói những công việc của Đức Thánh Linh mà Đức Chúa Trời bày tỏ là giả dối và bịa đặc, thì những lời nói đó là phạm thượng đến Đức Thánh Linh. Trong Ma-thi-ơ 12:31-32 "Ấy vậy, ta phán cùng các ngươi, các tội lỗi và lời phạm thượng của người ta đều sẽ được tha; song lời phạm thượng đến Đức Thánh Linh thì sẽ chẳng được tha đâu. 32 Nếu ai nói phạm đến Con người, thì sẽ được tha; song nếu ai nói phạm đến Đức Thánh Linh, thì dầu đời nầy hay đời sau cũng sẽ chẳng được tha".

Nếu bạn lên án Hội Thánh, phạm thượng đến những công việc của Đức Thánh Linh thì bạn phải ăn năn. Chỉ khi nào bức tường tội lỗi ngăn cách giữa chúng ta với Đức Chúa Trời được phá vỡ, thì bạn mới có thể nhận được sự đáp lời của Đức Chúa Trời.

1 Giăng 1:9 "nếu chúng ta xưng tội mình, thì Ngài là thành tín công bình để tha tội cho chúng ta, và làm cho chúng ta sạch mọi điều gian ác. 10 Nhược bằng chúng ta nói mình chẳng từng phạm tội, ấy là chúng ta cho Ngài là kẻ nói dối, lời Ngài không ở trong chúng ta". Nếu bạn thật sự ăn năn thật lòng, tôi hy vọng bạn sẽ ăn năn, khóc lóc tội lỗi của mình, cầu xin Chúa hết lòng, để Ngài tha thứ tội lỗi của bạn, và ban cho bạn ánh sáng của sự sống.

Hãy than khóc khi cầu xin Chúa

Khi người mù được nghe tin Chúa Giê-su đi ngang qua, anh ta kêu lên rằng, " Lạy Chúa Giê-su, con vua Đa-vít, xin thương xót tôi cùng". Anh ta đã khóc rất lớn với Chúa Giê-su, tại sao anh ta lại khóc lớn như vậy? Trong sáng thế ký 3:17 "Ngài lại phán cùng A-đam rằng: Vì ngươi nghe theo lời vợ mà ăn trái cây ta đã dặn không nên ăn, vậy, đất sẽ bị rủa sả vì ngươi; trọn đời ngươi phải chịu khó nhọc mới có vật đất sanh ra mà ăn".

Trước khi người đàn ông đầu tiên là A-đam ăn trái cấm, trái có thể phân biệt được điều thiện và điều ác. Loài người có thể ăn mọi thứ mà Đức Chúa Trời cung cấp. Tuy nhiên, A-đam đã không vâng lời Đức Chúa Trời và đã ăn trái cấm, từ đó tội lỗi đi vào trong thế gian, con người trở nên xấu xa và tội lỗi. Từ đó trở đi, chúng ta phải chịu nhiều cảnh khổ đau mới có ăn.

Đây là công lý của Đức Chúa Trời. Bởi vậy, chỉ có đổ mồ hôi trán chúng ta mới có thể nhận được sự đáp lời của Đức Chúa Trời. Giê-rê-mi 33:3 "Đức Giê-hô-va là Đấng làm nên sự nầy,

Đức Giê-hô-va là Đấng tạo và lập sự nầy, danh Ngài là Giê-hô-va, phán như vầy: 3 Hãy kêu cầu ta, ta sẽ trả lời cho; ta sẽ tỏ cho ngươi những việc lớn và khó, là những việc ngươi chưa từng biết".

Ngoài ra, trong giăng 11, Khi Chúa Chúa Giê-su làm cho La-xa-rơ sống lại từ chết trong bốn ngày, Ngài kêu lớn tiếng, "Hỡi La-xa-rơ, hãy ra" (Giăng 11:43). Từng giọt mồ hôi và huyết của Ngài đổ ra trên cây thập tự, Ngài kêu lên một tiếng lớn nữa, "Hỡi cha, tôi giao linh hồn lại trong tay cha, Ngài vừa nói xong thì tắt hơi" (Lu-ca 23:46).

Bởi vì Ngài đã xuống thế gian tội lỗi này để trở nên như một con người bình thường, Chúa Giê-su đã kêu la lớn tiếng để phù hợp với công lý của Đức Chúa Trời. Làm thế nào chúng ta có thể tạo ra mọi vật của Đức Chúa Trời, chỉ cần ngồi xuống và cầu nguyện một cách dễ dàng mà không hét to lên để nhận được câu trả lời cho những vấn đề không thể giải quyết bằng khả năng của con người?. Vì vậy, lý do thứ hai tại sao người mù có thể nhận được sự đáp lời bởi vì anh ta đã khóc rất lớn, đây cũng gọi là công lý của Đức Chúa Trời.

Gia-cốp đã nhận được phước của Đức Chúa Trời khi ông ta cầu nguyện cho đến khi cái đầu gối ông ta bị trật khớp (Sáng thế ký 32:24-30 "Và, một mình Gia-cốp ở lại; thì có một người vật lộn với mình đến rạng đông.(c) 25 Khi người đó thấy mình không thắng nổi, bèn đánh vào xương hông Gia-cốp; xương hông liền trặc trong khi vật lộn. 26 Người đó bèn nói: Trời đã rạng đông rồi; thôi, để cho ta đi; nhưng Gia-cốp đáp rằng: Tôi chẳng cho người đi đâu, nếu người không ban phước cho tôi. 27 Người đó hỏi: Tên ngươi là chi? Đáp rằng: Tên tôi là Gia-cốp. 28 Người lại nói: Tên ngươi sẽ chẳng là Gia-cốp nữa, nhưng tên là Y-sơ-ra-ên,(d) vì ngươi đã có vật lộn cùng Đức Chúa Trời và người ta; ngươi đều được thắng.(e) 29 Gia-cốp hỏi: Xin cho tôi biết tên người. Đáp rằng: Làm sao ngươi hỏi tên ta? Rồi người nầy ban phước cho Gia-cốp tại đó.(f) 30 Gia-cốp đặt tên chỗ đó là Phê-ni-ên,(g) vì nói rằng: Tôi đã thấy Đức Chúa Trời đối mặt cùng tôi và linh hồn tôi được giải cứu).

Cho đến khi kết thúc hạn ba năm rưỡi thì mới có mưa. Tiên tri Ê-li đã cầu nguyện ngày đêm, quỳ gối cầu nguyện, (1 Các vua 18:42-46 "Vậy, A-háp trở lên đặng ăn uống. Nhưng Ê-li leo lên chót núi Cạt-mên, cúi xuống đất và úp mặt mình giữa hai đầu gối.(w) 43 Đoạn, người nói với kẻ tôi tớ mình rằng: Xin hãy đi lên, ngó về phía biển. Kẻ tôi tớ đi lên xem, nhưng nói rằng: Không có chi hết. Ê-li lại nói: Hãy trở lên bảy lần. 44 Lần thứ bảy, kẻ tôi tớ đáp rằng: Tôi thấy ở phía biển lên một cụm mây nhỏ như lòng bàn tay. Ê-li bèn tiếp: Hãy đi nói với A-háp rằng: Hãy thắng xe và đi xuống, kẻo mưa cầm vua lại chăng. 45 Trong một lúc, trời bị mây che đen, gió nổi dậy, và có cơn mưa rất lớn. A-háp bèn lên xe mình, đi đến Gít-rê-ên. 46 Tay Đức Giê-hô-va giáng trên Ê-li; người thắt lưng, chạy trước A-háp cho đến khi tới Gít-rê-ên".

Chỉ khi nào chúng ta cầu nguyện với Chúa với một thái độ hết lòng, hết sức, hết trí khôn, và tình yêu thương, chúng ta mới nhận được sự trả lời từ Đức Chúa Trời. Để kêu cầu trong lời cầu nguyện không có nghĩa là chúng ta phải hét lên với một giọng nói thật to. Bạn có thể tham khảo những cách cầu nguyện thích hợp và cách để nhận được những câu trả lời của Đức Chúa Trời trong sách "Hãy xem và cầu nguyện"

Một đức tin hoàn hảo không có sự nghi ngờ như song biển

Có một số người cho rằng; "Đức Chúa Trời biết hết từ tận đáy lòng sâu thẳm của bạn, cho nên, bạn không cần phải cầu nguyện thật lớn tiếng". Nhưng điều này không đúng. Người mù bị người ta bảo câm miệng lại, nhưng anh ta đã la lớn tiếng hơn nữa. Anh ta đã không làm theo những gì đám đông ra lệnh, anh ta cứ la lớn tiếng, kêu cầu Chúa với cả tấm lòng chân thành. Đức tin của anh ta đã cứu lấy anh ta. Lý do thứ ba tại sao người mù nhận được sự đáp lời là bởi vì anh ta đã bày tỏ đức tin của mình trong mọi hoàn cảnh, anh ta không sợ bị hổ thẹn hay bị người ta đánh đập, mà vẫn bày tỏ đức tin của mình một cách mạnh mẽ.

Khi người ta quở trách anh ta, nếu người mù đã bị xúc phạm hoặc giữ im lặng, ông ta sẽ không nhìn thấy. Tuy nhiên, bởi vì anh ta có đức tin vững chắc đến nỗi ông sẽ có thể nhìn thấy khi ông gặp Chúa Giê-su. Anh ta không thể bỏ lỡ thời điểm đó bất chấp những lời trách móc của người khác. Đó không phải là thời gian để thể hiện niềm tự hào của mình. Hoặc anh ta không thể chịu đựng bất kỳ loại khó khăn nào. Anh cứ khóc thầm và cuối cùng đã nhận được câu trả lời.

Trong Ma-thi-ơ chương 15, Khi Chúa Giê-su vào bờ cõi thành Ty-rơ và thành Si-đôn, một người phụ nữ Ca-na-an đã đến trước mặt Chúa với một tấm lòng khiêm nhường mà kêu cầu với Ngài. "Lạy Chúa, là con cháu vua Đa-vít, xin thương xót tôi cùng, con gái tôi mắc quỷ ám, khốn khổ vô cùng". Chúa Giê-su đã nói gì với người phụ nữ này? Ngài phán rằng; "Không nên lấy bánh của con cái mà quăng cho chó co con ăn".

Những người bình thường có thể đã bị xúc phạm bởi một nhận xét như vậy và sẽ biến mất. Nhưng người phụ nữ này thì khác, cô ta khiêm nhường, van xin sự thương xót của Chúa mà nói rằng: "Lạy Chúa, thật như vậy, song mấy con chó con ăn những miếng bánh vụn trên bàn chủ nó rớt xuống". "Ngài bèn phán rằng: Hỡi đàn bà kia, ngươi có đức tin lớn, việc phải xảy ra theo ý ngươi muốn". Cũng một giờ đó, con gái người liền được chữa lành. Cô ta đã nhận được sự đáp lời của Chúa bởi vì cô ta đã bỏ đi cái tôi của mình mà khiêm nhường đến trước mặt Ngài.

Tuy nhiên, có nhiều người, thậm chí họ đến trước mặt Đức Chúa Trời để giải quyết những vấn đề lớn, chỉ trở lại mà không có nương nhờ nơi Đức Chúa Trời, có đôi khi họ cảm thấy bị xúc phạm hay đau đớn chỉ vì những việc nhỏ nhặt. Nhưng nếu thật sự họ muốn nhận được sự đáp lời của Chúa chỉ với một đức tin nghi ngờ, không hết lòng thì họ sẽ không nhận được gì.

Quăng xa áo choàng của bạn

Khi Chúa Giê-su đi đến thành Giê-ri-cô, Ngài đã chữa lành bệnh cho một người mù, trong Kinh Thánh từ Mác 10:45-46 "Vì Con người đã đến không phải để người ta hầu việc mình, song để hầu việc người ta, và phó sự sống mình làm giá chuộc cho nhiều người. Kế đó, Đức Chúa Jêsus và môn đồ đến thành Giê-ri-cô. Ngài và môn đồ cùng một đoàn dân đông đang từ đó lại đi, thì có một người ăn mày mù tên là Ba-ti-mê, con trai của Ti-mê, ngồi bên đường".

Chúa Giê-su cũng chữa lành cho một người mù khác tên là Ba-t-mê. Anh ta cũng kêu lớn tiếng khi nghe được Chúa Giê-su đi ngang qua. Chúa Giê-su phán với mọi người là hãy mang anh ta đến với Ngài. Mác 10:50 "Người mù bỏ áo ngoài, bước tới đến cùng Đức Chúa Jêsus". và đây là lý do tại sao anh ta có thể nhận được sự chữa lành bởi vì anh ta đã từ bỏ đi áo khoác của mình và đến với Chúa Giê-su.

Vậy thì ý nghĩa thiêng liêng ẩn chứa trong việc ném áo choàng ra sao, đó là một trong những điều kiện để nhận được câu trả lời? Áo choàng của người ăn xin phải bẩn và bốc mùi. Nhưng đó là sở hữu duy nhất của người ăn xin mà anh ta có thể bảo vệ cơ thể của mình. Người mù Ba-ti-mê biết được bản thân mình đầy giơ bẩn và bẩn thỉu, nên không dám đi trước mặt Chúa.

Chúa Giê-su, người mà anh ta sẽ gặp, là một người thánh thiện, nhân lành và trong sạch. Người mù biết rằng Chúa Chúa Giê-su là một người tốt lành đã ban ơn cho người, chữa lành cho mọi người, và hy vọng cho người nghèo và người bệnh.

Vì vậy, anh ta lắng nghe tiếng nói của lương tâm của mình rằng, ông không thể đi trước khi Chúa Giê-su với chiếc áo choàng bẩn thỉu của anh ta. Anh ta đã vâng lời bởi tiếng phán và ném nó đi.

Trước khi người mù Ba-ti-mê nhận được Đức Thánh Linh, anh ta đã lắng nghe được tiếng phán trong tiềm thức và anh ta đã vâng lời tiếng phán đó. Cụ thể, ngay lập tức, anh ta đã bỏ hết sở hữu quý giá nhất, chiếc áo choàng của anh. Một ý nghĩa khác về mặt tâm linh của chúng ta, áo choàng là tấm lòng của chúng ta đã bẩn thỉu và có mùi hôi. Đó là tấm lòng niềm tự hào, kiêu ngạo, và tất cả những điều bẩn khác, và những tội lỗi xấu xa, như áo choàng bẩn của kẻ ăn xin.

Nếu quả thật bạn khao khát muốn nhận được sự đáp lời, bạn phải có tấm lòng lắng nghe tiếng phán của Đức Thánh Linh bên trong bạn, khi Đức Thánh Linh nhắc nhở bạn về tội lỗi của bạn, bạn phải ăn năn về mỗi tội lỗi của mình mắc phải. Bạn không nên có sự lưỡng lự khi nghe tiếng phán của Đức Thánh Linh nhắc nhở bạn, cáo trách bạn như theo cách mà Ngài đã cáo trách người mù Ba-ti-mê.

Đức Chúa Trời nghe được sự xưng tội bởi đức tin

Cuối cùng, Chúa Giê-su cũng trả lời cho người mù, người mà đã cầu xin Chúa với một đức tin chắc chắn. Chúa Giê-su hỏi anh ta. "Ngươi muốn ta làm gì cho ngươi?" Điều này có phải Chúa Giê-su không biết người mù này muốn gì hay không?. Tất nhiên, Ngài biết, nhưng lý do mà Ngài hỏi người mù này là bởi vì người mù phải xưng tội bằng đức tin. Đó là công lý của Đức Chúa Trời, chúng ta phải xưng tội mình bằng môi miếng của mình để chúng ta nhận được câu trả lời từ Chúa.

Chúa Giê-su hỏi người mù "Ngươi muốn ta làm gì cho ngươi"? bởi vì anh ta đã đáp ứng được điều kiện để nhận được câu trả lời. Anh ta trả lời, "Lạy Chúa, xin làm cho tôi sáng mắt lại", ngay lập tức mắt anh ta sáng. Tương tự như vậy, nếu chỉ có chúng ta đáp ứng các điều kiện theo công lý của Đức Chúa Trời, chúng ta có thể nhận được bất cứ điều gì mà chúng tôi yêu cầu.

Bạn có biết về câu chuyện bóng ma của thần đèn A-la-đen không? Giả sử nếu bạn cọ xát đèn ba lần, một người khổng lồ sẽ nhảy ra khỏi đèn và làm ba ước muốn của bạn trở thành sự thật. Mặc dù, đây chỉ là một câu chuyện của con người, chúng ta có một chìa khóa thật kỳ diệu có thể nhận lấy được những điều phi thường qua sự cầu xin của chúng ta. Giăng 15:7 "Ta truyền cho các ngươi những điều răn đó, đặng các ngươi yêu mến lẫn nhau vậy".

Bạn có tin vào quyền năng của Đức Chúa Trời là Cha, là Đấng toàn năng không? Bạn ở trong Ngài và đặt để Lời của Ngài trong bạn, bạn sẽ trở nên một người có đức tin lớn, những gì mà cầu xin nơi Ngài, Đức Chúa Trời là Đấng có tiếng phán năng quyền sẽ làm thành mọi điều bạn cầu xin.

Ms. Akiyo Hirouchi (Maizuru, Japan)

Cháu gái tôi đã được chữa lành về bệnh khiếm khuyết về lỗ nhĩ tâm

Vào đầu năm 2005, hai chị em sinh đôi đã được sinh ra trong gia đình của chúng tôi. Nhưng sau khoảng 3 tháng, lần thứ hai của cặp song sinh gặp khó thở. Cô bé được chẩn đoán có khuyết tật ở khoang tâm nhĩ với một lỗ thủng 4.5mm trong lòng. Cô bé không thể giữ đầu của cô thăng bằng và vẫn không thể lấy sữa. Sữa phải được cung cấp qua mũi bằng một cái ống.

Điều rất quan trọng và bác sĩ nhi khoa của bệnh viện Đại học Kyoto đã đến bệnh viện công dân Maizuru. Cơ thể của em bé quá yếu nên không thể chuyển qua bệnh viện đại học nằm cách đó rất xa. Vì vậy, cô ấy phải được điều trị tại bệnh viện địa phương.

Mục sư Keontae Kim và Maizuru Manmin quản nhiệm Hội Thánh Osaka đã cầu nguyện cho cô bé bằng chiếc khăn tay được xức dầu bởi Mục sư Jaerock Lee đã cầu nguyện chữa lành mọi bệnh tật cho

nhiều người.

Ngoài ra, hai Mục sư này cũng nhờ sự cầu nguyện của mọi người tại Hội Thánh ở Seoul kèm theo cùng bức ảnh của cô bé.

Tôi đã không có thể tham dự lễ thờ phượng trên internet, vì vậy chúng tôi đã ghi âm lại các chương trình thờ phượng suốt đêm thứ sáu tại trung tâm Hội Thánh Manmin vào ngày 10 tháng 6 năm 2005 và cả gia đình cùng nhau đã nhận được lời cầu nguyện của Mục sư Lee.

Lạy Đức Chúa Trời, là Cha của chúng con, là Đấng không hề thay đổi, Ngài có quyền trên mọi tật bệnh. Xin Ngài đụng dùng cánh tay quyền năng của Ngài, rờ đụng đến thân thể của bé Miki Yuna, là cháu gái của con ở tại Hirouchi Akiyo thuộc Nhật Bản. Trong Chúa Giê-su, tuyên bố bệnh viêm nhiễm hai lỗ nhỉ sẽ không còn. Xin Đức Thánh Linh quăng xa mọi bệnh tật của bé, và bé sẽ khỏe lại.

Ngày hôm sau, ngày 11 tháng 6, một điều kỳ diệu đã xảy ra. Em bé đã không cần thở bằng sự trợ giúp của máy móc, mà đã có thể thở bình thường, không cần thở bằng ô-xi. Đây là một phép lại vừa xảy ra với một em bé. Bác sĩ chữa bệnh cho em cũng vô cùng ngạc nhiên.

Từ đó trở đi, cô bé đó lớn lên rất nhanh chóng, khỏe mạnh. Tháng đầu cô bé chỉ nặng 2,4kg, nhưng sau hai tháng cô bé tăng lên được 5kg qua lời cầu nguyện của Mục sư và con cái Chúa khắp nơi.

Tiếng khóc của cô bé cũng mạnh hơn, to hơn. Chứng kiến những phép lạ đã xảy ra cho con gái của tôi, tôi xin gia nhập vào thành viên của Hội Thánh tại trung tâm Manmin vào năm 2005. Từ ân điển này, tôi hăng hái làm việc để thành lập một Hội Thánh Manmin ở Maizuru. Ba năm sau khi khánh thành, các thành viên trong hội Thánh và tôi đã dâng lên cho Đức Chúa Trời một nhà thờ đẹp đẽ. Ngày hôm nay tôi làm những công việc tình nguyện viên cho vuong quốc của Đức Chúa Trời. Tôi tạ ơn Ngài, Ngài không chỉ đã chữa lành cho người cháu gái của tôi mà còn dẫn tôi đến con đường sự sống đời đời.

Trích từ những điều phi thường.

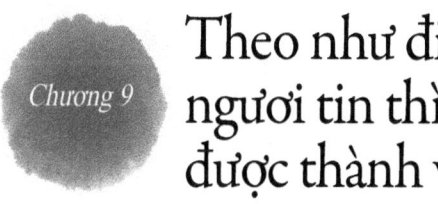

Chương 9: Theo như điều ngươi tin thì sẽ được thành vậy

" Tiếng nói ban đầu xuất phát từ miệng Chúa Giê-su, đi khắp thế gian và đến tận cùng của thế giới, qua đó biểu lộ sức mạnh của Ngài vượt thời gian và không gian. "

Tất cả mọi tạo vật đều vâng lời tiếng phán

Loài người mất đi mối liên kết với nguồn gốc của tiếng phán

Lý do tại sao họ không nhận được câu trả lời

Viên đội trưởng có một tấm lòng tốt

Viên đội trưởng kinh nghiệm được một phép lạ vượt qua không gian và thời gian

Quyền năng của công việc vượt qua không gian và thời gian

"Đức Chúa Jêsus bèn phán cùng thầy đội rằng: Hãy về, theo như điều ngươi tin thì sẽ được thành vậy. Và chính trong giờ ấy, đứa đầy tớ được lành".

(Ma-thi-ơ 8: 13)

Khi họ đang đau đớn hoặc gặp những vấn đề khó khăn, dường như không có cách nào để giải quyết vấn đề đó, nhiều người nghĩ rằng Đức Chúa Trời không ở cùng họ, không lắng nghe lời cầu nguyện của họ và xa rời họ. Thành ra có nhiều người trở nên nghi ngờ Chúa, Họ tự hỏi rằng, không biết Chúa có biết và thấy những nan đề mà tôi đang đối diện này không? Chúa có biết tôi đang khốn khổ không? Không biết Chúa có nghe lời cầu nguyện của tôi không? Và đây là lý do tại sao chúng ta không có đủ đức tin, tin rằng Chúa là Đấng toàn năng và toàn tri.

Vua Đa-vít là một người đối diện với nhiều lần nan đề trong cuộc đời và thậm chí đối diện với cái chết và ông ta đã tuyên xưng đức tin của mình trong Thi thiên 139: 8-10 "Nếu tôi lên trời, Chúa ở tại đó, Ví tôi nằm dưới Âm phủ, kìa, Chúa cũng có ở đó. Nhược bằng tôi lấy cánh hừng đông, Bay qua ở tại cuối cùng biển, Tại đó tay Chúa cũng sẽ dẫn dắt tôi, Tay hữu Chúa sẽ nắm giữ tôi".

Bởi vì Đức Chúa Trời là Đấng bảo vệ và vận hành mọi vạn vật trong không gian và thời gian, trên trời và dưới đất đều nghe tiếng phán của Ngài. Chúng ta không thể lấy sự hiểu biết và tri thức của chúng ta mà đo lường về một Đức Chúa Trời toàn năng, toàn tri và toàn tại được, khoảng cách đó quá xa vời.

Trong Ê-sai 57: 19 "Đức Giê-hô-va phán rằng: Ta dựng nên trái của môi miếng: bình an, bình an cho kẻ ở xa cùng cho kẻ ở gần; ta sẽ chữa lành kẻ ấy". Trong Dân-số-ký 23: 19 "Đức Chúa Trời chẳng phải là người để nói dối, Cũng chẳng phải là con loài người đặng hối cải. Điều Ngài đã nói, Ngài há sẽ chẳng làm ư? Điều Ngài đã phán, Ngài há sẽ chẳng làm ứng nghiệm sao?". Ê-sai 55: 11 "thì lời nói của ta cũng vậy, đã ra từ miệng ta, thì chẳng trở về luống nhưng, mà chắc sẽ làm trọn điều ta muốn, thuận lợi công việc ta đã sai khiến nó".

Mọi tạo vật đều vâng theo nguồn gốc của tiếng phán

Đức Chúa Trời là Đấng sáng tạo trời và đất bởi tiếng phán của Ngài. Vì thế, tất cả muôn loài vận vật hiện diện bởi tiếng phán của Ngài, và vâng lời tiếng của Ngài. Ví dụ: hôm nay chúng tôi có các thiết bị nhận dạng giọng nói chỉ phản ứng với một giọng nói nhất định. Cũng như vậy, tiếng nói ban đầu có ở khắp mọi nơi trong tất cả muôn vật, và muôn vật đều vâng lời tiếng phán. Chúa Giê-su, là Đức Chúa Trời, âm thanh tiếng nói của Ngài thật êm dịu. Mác 4:39 "Ngài bèn thức dậy, quở gió và phán cùng biển rằng: Hãy êm đi, lặng đi! Gió liền dứt và đều yên lặng như tờ".

Thậm chí ngay cả sóng biển, bão tố, cơn gió không có tai mà vẫn vâng lời tiếng phán. Vậy thì, con người chúng ta có lỗ tai thì như thế nào? Chúng ta rõ ràng phải tuân theo. Nhưng rồi, lý do mà mọi người không tuân theo là gì?

Trong ví dụ về thiết bị nhận dạng giọng nói, giả sử chúng ta có một trăm máy kiểu này. Chủ sở hữu thiết lập các máy để hoạt động khi họ nghe tiếng nói, "Vâng. Nhưng ai đó đã thay đổi thiết lập trên 40 máy. Ông đặt 40 chiếc máy để vận hành khi họ nghe "Không". Sau đó, 40 máy này sẽ không hoạt động ngay cả khi chủ xe nói "Có. Cũng giống như vậy, vì A-dam đã phạm tội, con người đã không thể nghe được giọng nói ban đầu.

Loài người mất đi mối liên kết với nguồn gốc của tiếng phán

A-đam được tạo dựng theo hình ảnh của Đức Chúa Trời và thuộc thể của A-đam thuộc về Đức Chúa Trời, A-đam là một chi thể thuộc Linh, A-đam đã vâng lời Đức Chúa Trời và lắng nghe Ngài, lắng nghe Lời của Ngài. Đức Chúa Trời đã giúp đỡ A-đam nhận biết được lĩnh vực thuộc linh, đó là hiểu được chân lý của Ngài, Chúa ban cho A-đam mọi quyền và tự do, Đức Chúa Trời không muốn tạo dựng con cái của Ngài như một con rô-bốt, là một vật thể không có sự tự do.

Đức Chúa Trời muốn con cái của Ngài tự nguyện vâng lời Ngài, và vâng Lời của Ngài với một thái độ vui mừng hết cả tấm lòng của mình. Tuy nhiên, thời gian trôi qua, A-đam đã bị cám dỗ bởi sa tan và anh ta không vâng lời Đức Chúa Trời nữa.

Trong Rô-ma 6:16 "Anh em há chẳng biết rằng nếu anh em đã nộp mình làm tôi mọi đặng vâng phục kẻ nào, thì là tôi mọi của kẻ mình vâng phục, hoặc của tội lỗi đến sự chết, hoặc của sự vâng phục để được nên công bình hay sao?

Khi loài người phạm tội, những hành vi, suy nghĩ, lời nói, và kể cả hành động đều như sa tan, tội lỗi cứ gia tăng và gia tăng, và bước cuối cùng của tội lỗi là đưa con người đến sự chết đời đời. Tuy nhiên, bởi vì yêu thương thế gian, đến nỗi Đức Chúa Trời đã ban con một của Ngài, đó là Chúa Giê-su, Ngài đã đến thế gian nhuốt nhơ, ô tội, Ngài treo trên cây thập tự bởi tội lỗi nhân loại, và đã sống lại một cách vinh quang.

Và đó là lý do tại sao lời Chúa trong Rô-ma chương 8: 2 "vì

luật pháp của Thánh Linh sự sống đã nhờ Đức Chúa Jêsus Christ buông tha tôi(s) khỏi luật pháp của sự tội và sự chết". Ai bước đi theo Chúa Giê-su và sự sáng của Ngài thì sẽ được tự do. Điều này có nghĩa là họ có thể bước đi với Đấng co tiếng phán lớn và năng quyền với đức tin trong Chúa Giê-su Christ. Vì vậy, ai vâng lời Đức Chúa Trời sẽ nhận đượcmọi sự đáp lời từ Thiên Chúa.

Lý do tại sao họ không nhận được sự đáp lời

Bây giờ, có một số người than phiền rằng; "Tôi tin Chúa Giê-su Christ, và đã được tha thứ tội, tại sao tôi lại không được chữa lành? Sau đó, tôi muốn hỏi bạn một câu hỏi: Bạn đã tuân theo lời Chúa trong Kinh Thánh theo mức độ nao?.

Khi bạn tin Chúa, cuộc sống của bạn có còn yêu thế gian không, bạn có còn lừa dối người khác không? Hoặc gây vấp phạm, làm những điều xấu cho người khác không? Nếu bạn đã tin Chúa thật sự, tôi thách thức bạn, nếu bạn giữ ngày nghỉ đặng làm nên ngày Thánh thì bạn sẽ giữ những điều răn của Chúa và cất đi những điều xấu trong tâm trí bạn.

Nếu bạn tự tin thực hành những điều bản thân mình đã học được, bạn sẽ nhận được bất kỳ yêu cầu nào mà bạn trình lên cho Chúa. Thậm chí, nếu bạn cầu xin mà bạn không nhận được câu trả lời thì lòng bạn vẫn cảm thấy bình an, vẫn tạ ơn Chúa. Đức Chúa Trời là Đấng nhìn thấy tấm lòng thật của, bởi đức tin bạn sẽ nhận được mọi sự cầu xin.

Thầy đội có một tấm lòng tốt

Trong Ma-thi-ơ chương 8, có một thầy đội của La mã, người mà đã nhận được sự đáp lời từ Chúa bởi đức tin của mình. Khi ông ta đến với Chúa Giê-su, mà xin rằng, đầy tớ tôi mắc bịnh bại liệt ở nhà tôi, Chúa đã chữa lành cho đầy tớ của ông ta bằng tiếng phán của Đấng năng quyền.

Vào thời điểm đó, Y-sơ-ra ên dưới sự cai trị của Đế Quốc La Mã. Có hàng ngàn quân, hàng trăm, năm mươi và hàng chục quân đội La Mã. Tiêu để xếp hạng của họ là theo số lính mà họ chỉ huy. Một trong số những người phụ trách một trăm binh lính, một thầy đội, ở Ca-bê-na-um thuộc Y-sơ-ra ên. Ông nghe tin về Chúa Giê-su rằng, Ngài đã dạy tình yêu, lòng tốt và lòng thương xót.

Chúa dạy trong Ma-thi-ơ chương 5: 38-39 "Các ngươi có nghe lời phán rằng: Mắt đến mắt, răng đến răng. Song ta bảo các ngươi, đừng chống cự kẻ dữ. Trái lại, nếu ai vả má bên hữu ngươi, hãy đưa má bên kia cho họ luôn", và cũng dạy trong Ma-thi-ơ chương 5 :43-44 "Các ngươi có nghe lời phán rằng: Hãy yêu người lân cận, và hãy ghét kẻ thù nghịch mình. Song ta nói cùng các ngươi rằng: Hãy yêu kẻ thù nghịch, và cầu nguyện cho kẻ bắt bớ các ngươi". Hễ ai có tấm lòng chân thật thì sẽ nhận được sự tốt lành.

Chính người thầy đội này là người có một tấm lòng chân thật và tốt lành, thầy đội và đoàn dân đã nghe và chứng kiến những phép lạ, dấu là mà Chúa Giê-su đã thi hành, mọi bệnh tật được chữa lành, người câm được nói, người điếc được nghe, người mù được thấy và người chết được sống lại, người què được đi

Chứng kiến những phép lạ, dấu lạ mà Chúa đã làm, có một số

người nghe và phản ứng theo mức độ khác nhau, công việc đầu tiên của Chúa Giê-su đa phần là mọi người không thể hiểu, bởi vì tấm lòng của họ có vương vấn thế gian, còn những tội lỗi, chỉ khi nào họ tin nhận Chúa, chấp nhận Ngài thì họ mới có thể hiểu được những điều Chúa làm và phán hứa.

Những người Pha-ri-si và thầy thông giáo, là những người có sự hiểu biết về Kinh Thánh. Trong Ma-thi-ơ 12:24 "Song những người Pha-ri-si nghe vậy, thì nói rằng: Người nầy chỉ nhờ Bê-ên-xê-bun là chúa quỉ mà trừ quỉ đó thôi".

Loại người thứ hai tin Chúa Giê-su là một trong những tiên tri lớn. Ví dụ, khi chứng kiến Chúa Giêu làm phép lạ cho người chết sống lại, mọi người nói "Lu-ca 7:1 "Chúa đáp rằng: Nếu các ngươi có đức tin trộng bằng hột cải, các ngươi khiến cây dâu nầy rằng: Hãy nhỗ đi mà trồng dưới biển, thì nó sẽ vâng lời"

Loại người thứ ba, có những con người tin Chúa thậ sự hết cả tấm lòng của mình và tin Chúa Giê-su là con của Đức Chúa Trời, là Đấng đã đến từ trời chịu xuống thế gian nhuốc nhơ, tội lỗi để cứu nhân loại. "Người ta chẳng bao giờ nghe nói có ai mở mắt kẻ mù từ thuở sanh ra. Nếu người này chẳng phải đến từ Đức Chúa Trời, thì không làm gì được hết". (Giăng 9:32-33)

Ông ta đã nhận ra Chúa Giê-su chính là Đấng cứu chuộc nhân loại, ông ta ăn năn "Lạy Chúa, tôi tin Ngài, và ông ta thờ phượng Ngài. Tương tự như vậy, những người nào có tấm lòng tốt thì có thể nhận ra những điều mà Chúa Giê-su là con của Đức Chúa Trời đã thi hành.

Trong Giăng 14:11 "Vì Ngài đã biết ai sẽ phản Ngài; tại thế cho nên Ngài phán rằng: các ngươi chẳng phải hết thảy đều được tinh sạch". Nếu bạn sống trong thời kỳ của Chúa Giê-su thì bạn sẽ nghĩ bản thân mình thuộc vào ai?. Thầy đội thuộc người thứ ba, là người có đức tin thật, và tin nhận Chúa Giê-su, đến với Ngài bởi đức tin.

Viên thầy đội đã kinh nghiệm được phép lạ vượt thời gian và không gian

Lý do tại sao thầy đội lại nhận được đáp lời mà những gì ông ta mong muốn? Ngay lập tức ông ta được nghe Chúa Giê-su phán, " ngươi tin thế nào thiif sẽ như thế đó". Tại đây chúng ta có thể nhìn thấy được đức tin thật của thầy đội, ông ta vâng lời tuyệt đối những gì mà Chúa Giê-su nói. Điều quan trọng chúng ta học được bài học từ thầy đội chính là đức chân thật và đến với Chúa Giê-su với một tình yêu chân thật.

Trong Ma-thi-ơ chương 8:6 "mà xin rằng: Lạy Chúa, đứa đầy tớ tôi mắc bịnh bại, nằm liệt ở nhà tôi, đau đớn lắm". Thầy đội đã đến trước mặt Chúa Giê-su và cầu xin như một người con cầu xin cha mẹ của mình. Thầy đội nầy đã yêu người đầy tớ của mình như con trai của mình, sự đau đớn của đầy tớ mình như là sự đau đớn của bản thân, và ông ta hiểu được cảm giác đau đớn ấy, và ông ta đã đến trước mặt Chúa Giê-su.

Tê liệt là một tình trạng nghiêm trọng mà không thể dễ dàng được chữa khỏi ngay cả với các kỹ năng y tế tốt nhất. Không thể di chuyển bàn tay và bàn chân một cách tự do, vì vậy anh ta cần giúp đỡ người khác. Ngoài ra, trong một số trường hợp, người ta phải nhờ người khác giúp đỡ để rửa, ăn hoặc thay quần áo.

Nếu bệnh vẫn tồn tại trong một thời gian dài, rất khó để tìm một người có thể thay đổi chăm sóc người bệnh bằng tình yêu và từ bi, người Hàn quốc có câu nói "Không có con trai tận tâm trong bệnh tật lâu dài". Không có nhiều người có thể yêu thương thành viên của gia đình mình như chính họ.

Tuy nhiên, đôi khi khi cả gia đình cầu nguyện một cách nghiêm túc cho họ bằng tình yêu, chúng ta có thể nhìn thấy những người vượt quá giới hạn của cuộc sống được chữa lành hoặc nhận được câu trả lời cho một vấn đề rất khó khăn. Lời cầu nguyện và hành động yêu thương của họ đã làm thay đổi lòng của Đức Chúa Trời là Đức Chúa Cha, và Ngài bày tỏ tình yêu và công lý của Ngài cho họ.

Lý do thứ hai mà thầy đội nhận được sự đáp lời từ Chúa đó chính là ông ta có một đức tin hoàn hảo và có một đời sống là Chúa vui lòng. Chúa Giê-su phan với thầy đội trong Ma-thi-ơ 8:8 "Thầy đội thưa rằng: Lạy Chúa, tôi chẳng đáng rước Chúa vào nhà; xin Chúa chỉ phán một lời, thì đầy tớ tôi sẽ được lành".

Đối với nhiều người, họ sẽ rất hạnh phúc khi Chúa Giê-su đến nhà mình, nhưng đối với thầy đội thì câu xin Chúa không cần đến nhà mình, chỉ cần lời phán của Ngài thì bệnh tật sẽ được chữa lành

Bởi vì thầy đội tin cậy Chúa tuyệt đối, vâng lời Chúa hoàn toàn. Chúng ta nhìn thấy điều đó trong Ma-thi-ơ chương 8: ".... Khi Chúa Giê-su nghe điều đo, Ngài phán.

Cũng như vậy, nếu bạn đã làm theo những gì Chúa bảo chúng ta làm, không làm theo những gì Chúa bảo chúng ta đừng làm, giữ những gì Chúa bảo chúng ta giữ và ném đi những gì Chúa bảo chúng ta vứt đi. Bạn sẽ mạnh mẽ đến với Chúa và cầu xin Ngài.

Vì trong 1 Giăng 3:21-22 "Hỡi kẻ rất yêu dấu, ví bằng lòng mình không cáo trách, thì chúng ta có lòng rất dạn dĩ, đặng đến gần Đức

Chúa Trời: và chúng ta xin điều gì mặc dầu, thì nhận được điều ấy, bởi chúng ta vâng giữ các điều răn của Ngài và làm những điều đẹp ý Ngài".

Trong Ma-thi-ơ 8: 13 "Đức Chúa Jêsus bèn phán cùng thầy đội rằng: Hãy về, theo như điều ngươi tin thì sẽ được thành vậy. Và chính trong giờ ấy, đứa đầy tớ được lành". Người đầy tớ đã được chữa lành ngay lập tức, tiếng phán của Chúa Giê-su vượt không gian và thời gian.

Những công việc quyền năng

Trong thi thiên 19:4 "Dây đo chúng nó bủa khắp trái đất, Và lời nói chúng nó truyền đến cực địa. Nơi chúng nó Ngài đã đóng trại cho mặt trời". Tiếng phán của Đấng năng quyền, Chúa Giê-su có tiếng phán năng quyền, Chúa là Đức Chúa Trời sáng tạo vạn vật và vận hành, bảo tồn mọi vận vật. Đã có nhiều Hội Thánh của Chúa ở khắp nơi trên thế giới đã được phát triển và hình thành bởi tiếng phán năng quyền.

Năm 1999, có một em gái của một cô gái Pakistan đã đến với tôi với bức ảnh của chị gái tên là Cynthia. Vào thời điểm đó, Cynthia đã chết vì thu hẹp ruột thừa cũng như bệnh Celiac.

Các bác sĩ cho biết có rất ít cơ hội sống sót ngay cả với các hoạt động. Trong tình huống này, chị gái của Cynthia đã đến gặp tôi với ảnh của chị gái tôi để nhận lời cầu nguyện của tôi. Từ lúc tôi cầu nguyện cho Cynthia, cô hồi phục rất nhanh.

Vào tháng 10/2003, một phụ tá trợ tá của mục sư của nhà thờ của chúng tôi đến để nhận lời cầu nguyện của tôi vào bức ảnh của anh trai. Anh trai cô có vấn đề với số lượng tiểu cầu giảm xuống. Anh ta có máu trong nước tiểu, phân, mắt, mũi và miệng. Máu của ông cũng đi vào phổi và ruột. Anh ấy chỉ chờ đợi cái chết. Nhưng khi tôi cầu nguyện bằng tay trên bức ảnh của mình, số lượng tiểu cầu nhanh chóng tăng lên, và ông phục hồi rất nhanh.

Những loại công việc vượt thời gian và không gian đã diễn ra rất nhiều trong cuộc thập tự chinh của Nga được tổ chức tại St. Petersburg vào tháng 11 năm 2003. Cuộc thập tự chinh được phát sóng qua 12 vệ tinh đến hơn 150 quốc gia trên khắp Nga, Châu Âu, Châu Á, Bắc Mỹ và Châu Mỹ La tinh. Truyền hình bao gồm Ấn Độ, Philippines, Úc, Hoa Kỳ, Honduras và Peru. Ngoài ra, các cuộc họp màn hình đồng thời được tổ chức tại 4 thành phố khác của Nga và tại Kiev, Ukraina.

Cho dù mọi người tham dự các cuộc họp trên màn hình hay xem truyền hình ở nhà, những người nghe tin và nhận lời cầu nguyện với đức tin đã được chữa lành đồng thời và gửi cho chúng tôi bằng chứng qua email. Mặc dù chúng không ở cùng không gian vật chất khi tiếng nói ban đầu được phát ra, tiếng nói cũng làm việc tốt, bởi vì chúng ở cùng nhau trong cùng một khoảng không thần linh. Nếu bạn có một đức tin thật và làm Chúa hài lòng, như người thầy đội đã làm, và tin vào quyền năng của Đức Chúa Trời, tin vào những công việc của Ngài, bạn sẽ nhận được mọi phước hạnh mà những gì bạn cầu xin.

Trong hai cuộc họp Phục hồi Đặc biệt liên tục kéo dài hai tuần, được tổ chức trong 12 năm từ năm 1993 đến 2004, người ta đã được chữa lành các loại bệnh khác nhau và nhận được giải pháp cho các vấn đề về cuộc sống khác nhau. Những người khác đã được dẫn tới con đường cứu rỗi.Tuy nhiên, Đức Chúa Trời đã làm cho chúng ta dừng lại các hội nghị phục hồi sau cuộc hội nghị năm 2004. Đó là một bước nhảy vọt lớn hơn.

Chúa cho phép tôi bắt đầu nghiên cứu các thuộc linh mới và bắt đầu giải thích cho tôi một chiều hướng khác biệt của lĩnh vực thuộc linh. Tôi không thể hiểu ý nghĩa ban đầu là gì. Có những sự hiểu bitts mới hoàn toàn. Nhưng tôi chỉ vâng lời và bắt đầu học, và tin rằng, sẽ một ngày nào đó tôi sẽ hiểu được. Tôi hy vọng bạn sẽ nhận ra những giá trị thật khi bạn được ở bên Chúa và được Ngài chăm sóc, bảo vệ, hãy luôn sống cho Chúa, và chiếu sáng mặt Ngài trước thế gian.

Tất cả mọi điều mà mà bạn mong muốn, ước vọng, khát khao trong sự giàu có, vinh hiển của Đức Chúa Trời, và trong công lý của Đức Chúa Trời. Đức Chúa Trời sẽ ban thần quyền của Ngài cho chúng ta, cho con cái thật của Ngài, khi chúng ta cầu nguyện với một đức tin chắc chắn, chúng ta sẽ nắm lấy và đạt được mọi điều. Quyền năng của Đức Chúa Trời sẽ bày tỏ trên đời sống của chúng ta, mọi vạn vật, mọi thế lực, mọi vua Chúa đều quỳ gối trước mặt Ngài và thờ phượng Đức Chúa Trời. Ngài là chủ của vũ trụ và mọi thiên đàng, và Ngài cũng là Đấng yêu thương. Công lý và tình yêu thương của Ngài hằng có đời đời.

Tác Giả:
Dr. Jaerock Lee

Tiến sĩ Jaerock Lee sinh ra tại Muan, Tỉnh Jeonnam, Nước Cộng Hòa Hàn Quốc, năm 1943. Trong những năm tuổi hai mươi, Tiến Sĩ Lee bị nhiều loại bệnh nan y trong suốt bảy năm ròng và chờ chết không có hy vọng phục hồi. Tuy nhiên một ngày mùa xuân năm 1974, ông đã được em gái mình đưa đến một nhà thờ và khi ông quỳ gối xuống cầu nguyện, Đức Chúa Trời hằng sống ngay lập tức đã chữa lành cho ông tất cả các bệnh.

Từ lúc đó ông đã gặp gỡ Đức Chúa Trời hằng sống qua kinh nghiệm tuyệt vời này, Tiến sĩ Lee đã chân thành và hết lòng yêu mến Đức Chúa Trời, và vào năm 1978 ông được gọi là một tôi tớ của Đức Chúa Trời. Ông cầu nguyện nhiệt thành cùng với vô số lần kiêng ăn cầu nguyện để ông có thể hiểu rõ ý muốn của Đức Chúa Trời, hoàn toàn thực hiện theo ý muốn của Ngài và vâng theo Lời Đức Chúa Trời. Năm 1982, ông thành lập Giáo Hội Manmin Central tại Seoul, Hàn Quốc, và có vô số công việc của Đức Chúa Trời diễn ra, trong đó có phép lạ về sự chữa lành, các dấu kỳ phép lạ, đã xảy ra trong hội thánh của ông kể từ đó.

Năm 1986, Tiến sĩ Lee đã được phong chức mục sư tại Giáo Hội Ngũ Tuần của hội thánh Sungkyul Chúa Giê-su ở Hàn Quốc, và bốn năm sau đó vào năm 1990, các bài giảng của ông bắt đầu được phát sóng tại Úc, Nga, và Phi-lip-pin. Trong vòng một thời gian ngắn nhiều quốc gia khác cũng đã được phát sóng qua các Đài Phát Thanh Viễn Đông, Trạm phát sóng Châu Á, và Hệ Thống Radio Christian Washington.

Ba năm sau, vào năm 1993, Hội Thánh Central Manmin đã được chọn là một trong "50 Hội Thánh đứng đầu thế giới" do Tạp Chí Cơ-đốc-nhân Thế Giới (Hoa Kỳ) và ông đã nhận được một Học Vị Tiến Sĩ Danh Dự của Divinity từ Học Viện Christian Faith, Florida, Hoa Kỳ, và vào năm 1996 ông nhận được Ph. D. (Tiến Sự) trong Chức Vụ từ Kingsway Theological Seminary, Iowa, Hoa Kỳ.

Từ năm 1993, Tiến sĩ Lee đã được dẫn đầu truyền giáo thế giới qua nhiều chiến dịch ở hải ngoại tại Tanzania, Argentina, LA, Baltimore City, Hawaii, và Thành Phố New York của Hoa Kỳ, Uganda, Nhật Bản, Pakistan, Kenya, Phi-lip-pin, Honduras, Ấn Độ, Nga, Đức, Peru, Cộng Hòa Dân Chủ Congo, Israel và Estonia.

Năm 2002, ông được công nhận là một người "phục hưng thế giới" về các chức vụ quyền năng trong nhiều chiến dịch ở hải ngoại khác nhau do các tờ Báo lớn của Christian tại Hàn Quốc. Đặc biệt là "Chiến Dịch ở New York 2006" của ông được tổ chức tại Madison Square Garden, đấu trường nổi tiếng nhất trên thế giới. Sự kiện này được phát sóng đến 220 quốc gia, và trong "Chiến Dịch Israel United 2009" của ông, tổ chức tại Trung Tâm Hội Nghị Quốc Tế (ICC) tại Jerusalem, ông dạn dĩ công bố

Đức Chúa Giê-su Christ là Đấng Mê-si-a và là Chúa Cứu Thế.

Các bài giảng của ông được phát sóng tới 176 quốc gia thông qua các vệ tinh bao gồm GCN Truyền Hình và ông đã được liệt vào danh sách một trong những "10 nhà lãnh đạo Cơ-đốc-giáo có ảnh hưởng nhất" của năm 2009 và năm 2010 do Tạp Chí In Victory nổi tiếng của Christian Nga và qua Thông Tấn Xã Christian Telegraph phát sóng truyền hình về chức vụ quyền năng của ông và chức vụ mở mang hội thánh ở hải ngoại.

Tính đến tháng 12 năm 2016, Hội Thánh Central Manmin có một giáo đoàn hơn 120.000 thành viên. Hiện có khoảng 11.000 nhà thờ nhánh trên toàn thế giới trong đó có 56 nhà thờ nhánh trong nước, và hơn 102 nhà truyền giáo đã được sai phái đến 23 quốc gia, trong đó có Hoa Kỳ, Nga, Đức, Canada, Nhật Bản, Trung Quốc, Pháp, Ấn Độ, Kenya, và nhiều hơn nữa cho đến nay.

Tính đến ngày xuất bản cuốn sách này, Tiến sĩ Lee đã viết 88 sách, trong đó có những tác phẩm bán chạy nhất Nếm Sự Sống Đời Đời Trước Khi Chết, Cuộc Sống Của Tôi Đức Tin Của Tôi I & II, Sứ Điệp Của Thập Tự Giá, Thước Đo Đức Tin, Thiên Đàng I & II, Địa Ngục, Thức Tỉnh Y-sơ-ra-ên, và Quyền Năng của Đức Chúa Trời. Tác phẩm của ông đã được dịch ra hơn 75 ngôn ngữ.

Mục Christian của ông xuất hiện trên các Báo Hankook Ilbo, The JoongAng Daily, The Chosun Ilbo, The Dong-A Ilbo, The Munhwa Ilbo, Seoul Shinmun, The Kyunghyang Shinmun, The Korea Economic Daily, The Korea Herald, The Shisa News, và The Press Christian.

Tiến sĩ Lee hiện đang là lãnh đạo của nhiều tổ chức và hiệp hội truyền giáo. Chức vụ gồm có: Chủ tọa, The United Holiness Church of Jesus Christ; Chủ Tịch, Truyền Giáo Thế Giới Manmin; Chủ Tịch Thường Trực, The World Christianity Revival Mission Association; Người Sáng Lập và Chủ tịch Hội Đồng Quản Trị, Global Christian Network (GCN); Người Sáng Lập và Chủ tịch Hội Đồng Quản Trị, World Christian Doctors Network (WCDN); Người Sáng Lập và Chủ tịch Hội Đồng Quản Trị, Manmin International Seminary (MIS).

Những sách khác đầy quyền năng cùng tác giả

Thiên Đàng I & II

Một bản phát thảo chi tiết về một môi trường sống huy hoàng tráng lệ mà những công dân thiên đàng sẽ vui sống và một sự mô tả tuyệt vời về những cấp độ khác nhau của các vương quốc thiên đàng.

Sứ Điệp Thập Tự Giá

Một sứ điệp thức tỉnh đầy quyền năng dành cho những ai đang trong tình trạng ngủ mê thuộc linh! Qua sách nầy chúng ta sẽ nhận biết được lý do tại sao Giê-su là Cứu Chúa duy nhất và tình yêu chân thật của Đức Chúa Trời.

Địa Ngục

Một sứ sứ điệp tha thiết nhất gởi đến toàn nhân loại từ Đức Chúa Trời, Đấng không muốn một linh hồn nào vực sâu địa ngục! chúng ta sẽ khám phá một điều chưa từng được biết về thực tế thảm khốc của Hạ Tầng Âm Phủ và địa ngục.

Linh, Hồn, và Thân Thể I & II

Sách kim chỉ nam đem lại cho chúng ta sự hiểu biết thuộc linh về linh, hồn, và thân thể, đồng thời giúp chúng ta nhận biết được 'bản ngã' mình hầu cho chúng ta có được quyền năng đánh bại thế lực tối tăm và trở nên con người thuộc linh.

Tầm Thước Đức Tin

Nơi ở và vương miện nào trên thiên đàng đang chờ chúng ta? Sách nầy cung cấp cho chúng ta sự khôn ngoan và hướng dẫn chúng ta phương cách để có thể biết được lượng đức tin của mình và trưởng dưỡng lượng đức tin ấy một cách tốt nhất và trưởng thành nhất.

Thức Tỉnh Y-sơ-ra-ên

Tại sao Đức Chúa Trời luôn đoái xem đến Y-sơ-ra-ên từ buổi sáng thế cho đến ngày nay? Ơn phước nào đã được sắm sẵn cho Y-sơ-ra-ên, kẻ đang chờ đợi Đấng Mê-si-a, trong những ngày sau cuối?

Đời Tôi và Niềm Tin I & II

Một mùi hương thiêng liêng tuyệt vời nhất qua đời sống của Dr. Jaerock Lee được chiết xuất từ tình yêu của Đức Chúa Trời được trổ hoa trong giữa đợt sóng đen tối, ách lạnh lùng và những thất vọng khó lường nhất.

Quyền Năng Đức Chúa Trời

Một cuốn sách nhất thiết phải đọc, nó như một sự hướng dẫn cần thiết để qua đó người ta có thể có được đức tin thật và kinh nghiệm về quyền năng kỳ diệu của Đức Chúa Trời.

www.urimbooks.com

www.ingramcontent.com/pod-product-compliance
Lightning Source LLC
LaVergne TN
LVHW021820060526
838201LV00058B/3454